நிழலின் நிஜம்

OrangeBooks Publication

Smriti Nagar, Bhilai, Chhattisgarh - 490020

Website: **www.orangebooks.in**

First Edition, 2022

ISBN: 978-93-5621-028-8

Printed in India

நிழலின் நிஜம்

இது நிஜத்தை நோக்கிய பயணம் அல்ல
நிழலை தழுவிய பயணம்

ஆர்.எ

OrangeBooks Publication

www.orangebooks.in

பழமொழி பழுதாகி விட்டது
வாய்மொழி வாய்க்கு வந்தபடி வருகிறது
நிழலை அறிந்தோம்
நிஜத்தை மறந்தோம்
நிஜத்தை நோக்கியப் பயணம் அல்ல இது
நிழலைத் தழுவியப் பயணம்.

சமர்ப்பணம்

உம் படைப்பு நான்,
என் படைப்பு இங்கே!

படைப்புகள்
பலவாயினும் அவை அனைத்தும்
உமக்கே சொந்தம்...

எனக்கு உயிர் கொடுத்த கடவுளுக்கும்
மெய் கொடுத்த பெற்றோருக்கும்
வாழ்க்கையை வளமாக்கிய என்
சித்தப்பாவிற்கும்
உறுதுணையாக இருக்கும்
உடன்பிறப்புகளுக்கும்
வாழ்க்கை பயணத்தை தொய்வில்லாமல்
மேற்கொள்ள உடன் பயனிக்கும்
நண்பர்களுக்கும்
என்னை சிற்பமாக செதுக்கிய
ஆசிரியர்களுக்கும்
என்னுடன் பணியாற்றிய அனைத்து
உள்ளங்களுக்கும்
நன்றிகளுடன் இந்த படைப்பை
சமர்ப்பிக்கிறேன்.

ஆசிரியர் பற்றி:

எழுத்தாளர் என்ற பரிமாணத்தில் இருக்கும் இவர் ஒரு சமூக பணியாளர், தலைமைப்பண்பு திறன் மேம்பாட்டு பயிற்சியாளர், மனநல குடும்பநல ஆலோசகர், வழக்கறிஞர் மற்றும் அடிப்படையில் ஒரு விவசாயி.

ஆர்.எ (R.A) என அழைக்கப்படும் ரா. அபினேஸ் 1992 ஆம் ஆண்டு பிறந்தவர். இவர் திருவண்ணாமலை மாவட்டம் சேத்துபட்டு தாலுக்காவை சார்ந்த நரசிங்கபுரம் என்ற கிராமத்தின் மைந்தன். இவர் திரு. ராயப்பன் திருமதி. அல்போன்சா அவர்களுக்கு ஏழாவதாக பிறந்த கடைகுட்டி செல்லப் பிள்ளை. இவருக்கு ஐந்து சகோதரிகள் மற்றும் ஒரு சகோதரன்.

பள்ளி கல்வி முடித்து, இளநிலை பட்ட படிப்பை ஆங்கில இலக்கியதில் முடித்தார், அதனைத் தொடர்ந்து முதுகலை படிப்பிற்க்காக சமூக பணிக்கான பட்ட படிப்பை மேற்கொண்டார். மேலும் மனிதவள மேலான்மையில் முதுகலை டிப்ளமோ பட்ட படிப்பையும் முடித்தார்.

பிறகு காது கேளாதோர் வாய் பேசாதோர் மற்றும் மனவளர்ச்சி குன்றியவர்களுக்கான சேவை பணியில் ஒரு வருடம் பணியாற்றினார். இதை தொடர்ந்து ஒரு வருடம் மனவளர்ச்சி குன்றிய குழந்தைகளுக்காக மட்டும் சேவை பணியாற்றினார். பிறகு ஏறக்குறைய நான்கு ஆண்டுகள் ஒரு பெரிய நிறுவனத்தின் கூட்டாண்மை சமுக பொறுப்பு திட்டத்தின் வழியாக, சமுதாய வளர்ச்சி பணியில் ஈடுபட்டு பல்வேறு பதவிகள் வகித்து கிராம மேம்பாட்டு வளர்ச்சி பணிகளை மேற்கொண்டார்.

சமுக மேம்பாட்டு பணியில் ஆர்வம் காட்டும் சமுக ஆர்வலரான இவர் தனது படிப்பிற்கும், தனது பணிக்கும், தனது ஆர்வத்திற்கும் ஒரு பாலம் அமைக்க தன் வேலையில் இருந்து விலக்கு பெற்று சட்டபடிப்பை மேற்கொண்டார்.

தங்களின் சமுக பணி, மக்கள் பணி, நீதி பணி செழிக்கட்டும். மேலும் ஒரு எழுத்தாளராக இது போன்ற பல சிந்திக்க தூண்டும் புத்தகங்களை தொடர்ந்து படைக்க வாழ்த்துக்கள்.

பதிப்பகத்தினர்

ஆசியுரை:

அருட்சகோ. மரியதாஸ் சின்னசாமி ச.ச

நிர்வாக பொருப்பாளர்

'இதோ ஆண்டவரின் அடிமை, உமது வார்த்தையின் படியே ஆகட்டும்' என்று அன்னை மரியாள் கூறியது நினைவிற்கு வருகிறது. ஆம் வார்த்தை மிகவும் முக்கியத்துவம் வாய்ந்தது. அத்தகைய வார்த்தைகள் மிகவும் நேர்த்தியாகவும் சரியானதாகவும் பயன்படுத்தப்பட வேண்டும்.

அகர முதல எழுத்தெல்லாம் ஆதி
பகவன் முதற்றே உலகு.

[எழுத்துக்கள் எல்லாம் அகரத்தை
அடிப்படையாக கொண்டிருக்கின்றன.
அதுபோல உலகம் கடவுளை அடிப்படையாக
கொண்டிருக்கிறது.]

வார்த்தைகள் என்பது பல பூக்களை கோர்த்து ஒரு அழகான மாலையாக உருவம் கொடுப்பது போல. அதில் பல வண்ணப் பூக்களை அலங்கரித்து கோர்த்தால் அது கூடுதல் அழகோடு, கண்களை கவரும். அது போல் பேசும் பொழுது நம் பேச்சில் சுவாரசியம் இருக்க வேண்டும், மற்றவரின் கவனத்தை ஈர்க்க வேண்டும்.

அதற்க்காக சில பழ மொழிகள், புது மொழிகள், ஆன்றோர் சான்றோர்களின் தத்துவங்கள் ஆகியவற்றை உதாரணம் காட்டி பேசும் பொழுது, கேட்பவருக்கு ஆர்வமாக இருக்கும். சில சமயங்களில் நாம் பயன் படுத்தும் வார்த்தைகளுக்கும், வாக்கியங்களுக்கும் தெளிவான விளக்கங்களை முழுமையாக அறியாமல் நடைமுறையில் பயன்படுத்துகிறோம்.

தீயினால் சுட்டப்புண் உள்ஆறும் ஆறாதே நாவினால் சுட்ட வடு.

ஆம், ஒருவரை பாராட்ட வேண்டுமானலும் சரி, ஒருவரை கடிந்து பேச வேண்டுமானலும் சரி, ஒருவரை அவமானபடுத்த வேண்டுமானலும் சரி, நமக்கு தேவையாய் இருப்பது ஒரு வாக்கியம். அந்த வாக்கியத்தை தேர்ந்தெடுக்கும் பொழுது பொதுவாக பழமொழியை தான் தேர்வு செய்கிறோம். அதில் பல பழமொழிக்கு, என்ன பொருள் என்று அறியாமலும் பயன் படுத்துகிறோம்.

இதில் நமது தவறு ஏதும் இல்லை, கால போக்கில் பழமொழிகளின் வார்த்தைகள், மருவி, மழுங்கி போனது தான் காரணம். சமூக பணியில் மிகுந்த ஈடுபாடு கொண்டுள்ள அன்பு தம்பி ரா. அபினேஸ் 'நிழலின் நிஜம்' என்ற தலைப்பில் எழுதியுள்ள இந்த முதல் புத்தகத்தில், நாம் நடைமுறையில் பயன்படுத்தி கொண்டிருக்கும் பழமொழிகளில் இருந்து 23 பழமொழிகளை தேர்ந்தெடுத்து அதற்க்கான விளக்கங்களை கொடுத்திருக்கிறார்.

இவருடைய எழுத்து பணி மேலும் சிறக்கவும், இன்னும் பல புத்தகங்களை மக்களுக்கு எழுத்து வடிவில் தருவதற்க்கும் எல்லாம் வல்ல இறைவன் அவருடன் பயனித்து ஆசியும் அருளும் வழங்கிட என் செபங்கள் என்றும் உண்டு.

வாழ்த்துரை:

சி. ஏகாம்பரம் M.A., B.Ed.,
தேசிய நல்லாசிரியர்,
சிதம்பரம்.

நல்வணக்கம்...

'நிழலின் நிஜம்' இது நிஜத்தை நோக்கிய பயணம் அல்ல நிழலை தழுவிய பயணமாக திகழும் ஒரு அற்புதமான புத்தகத்தை சகோதரர் திரு,ரா.அபினேஸ் அவர்கள் மிகவும் நேர்த்தியாகவும் சிறப்பாகவும் வடிவமைத்துள்ளார்.

இந்நூலின் வாயிலாக மக்களால் தொன்று தொட்டு பயன்பாட்டில் இருந்து வந்த பழமொழிகளில், மறைபொருள்களை இக்கால மக்களின் தேவைகளை அறிந்து புதுமை படைத்து வெளிக்கொணர்ந்துள்ளார்.

சங்க இலக்கியங்களில் பதினொன் கீழ்க்கணக்கு நூல்களில் ஒன்றான பழமொழியை மறுமொழியாக்கி மக்களின் வாழ்வில் மெருகூட்டுகின்ற வகையில் இருந்து வந்துள்ளது என்பதை மீண்டும் புதிய வடிவில் உருவாக்கி தந்து வரும் தலைமுறைக்கு மிகவும் மிகவும் பயனுள்ள தகவல்களின் தொகுப்பாக இந்நூல் உள்ளது.

பல புத்தகங்கள் பழமொழி சார்ந்து வெளியிடப்பட்டாலும் ஒவ்வொரு புத்தகத்திலும் ஒரு தனி சிறப்பு இருக்கத்தான் செய்கிறது. அவ்வாறே இந்த நூலின் தனி சிறப்பு என்னவென்றால் பழமொழியின் விளக்கத்தை மட்டும் வழங்காமல், அவருடைய சமூக சிந்தனையை 'ஆசிரியர் பார்வை' என்ற தலைப்பின் கீழ் வெளிப்படுத்தியுள்ளார் நம் சகோதரர். இந்த புத்தகம் அனைத்து தலைமுறையினரும் பயன் படுத்தும் வகையிலும், சிந்தனையை தூண்டும் வகையிலும் மிகவும் எளிமையாக வடிவமைக்கப்பட்டுள்ளது.

நூல் ஆக்கியோனை மனதார வாழ்த்துகிறேன்...
நன்றி!

ஆசிரியர் பக்கம்:

நன்றிகள் என் உள்ளத்திலிருந்து...

ஆசியுரை வழங்கிய என் சித்தப்பா அருட்சகோ. மரியதாஸ் சின்னசாமி ச.ச அவர்களுக்கும், வாழ்த்துரை வழங்கிய தேசிய நல்லாசிரியர் விருது பெற்ற திரு. சி. ஏகாம்பரம் – தலைமை ஆசிரியர் [ஓய்வு] அவர்களுக்கும், ஆசிரியர் பற்றி அறிமுகம் செய்து மேலும் புத்தகத்தை வடிவமைத்து வெளியிட்ட ஆரஞ்ச் புக்ஸ் பதிப்பகத்தாருக்கும் (Orange Books Publication), எனது மனமார்ந்த நன்றிகள்.

இந்த புத்தகத்தில் நம் பயன்பாட்டில் இருக்க கூடிய 23 பழமொழிகளின் பொருளை எழுதி இருக்கிறேன். குறிப்பிட்டுள்ள விளக்கங்கள் அனைத்தும், பெரியவர்களிடமிருந்து கேட்டறிந்தது, ஆசிரியர்கள் கூறியது மேலும் தனிப்பட்ட ஆர்வத்தில் விளக்கங்களை சேகரித்து, அதை ஒரு சிறிய தொகுப்பாக இதில் உள்ளடக்கியுள்ளேன்.

பழமொழியின் தெரிந்த பொருளும், கூடுதல் விளக்கமும் மேலும் எனக்கு தோன்றிய சில எண்ணங்களையும் இதில் பதிவாக உரு கொடுத்துள்ளேன். இதில் எந்த அளவிற்கு எளிமையை தர இயலுமோ அந்த அளவிற்கு எளிமை படுத்தி இருக்கிறேன்.

இக்கால சமூதாய சிந்தனையை உத்வேகபடுத்தும் வகையிலும், நம்மை சுற்றி நிகழும் நிகழ்வுகளை சீர்தூக்கி பார்க்கும் வகையிலும் இப்புத்தகம் இருக்கும் என நான் நம்புகிறேன்.

என் எழுத்துக்கள் மூலம் தங்களை சந்திப்பதில் மகிழ்கிறேன். இப்புத்தகத்தில் ஏதேனும் வாக்கியப்பிழை வார்த்தைப்பிழை இருப்பின் அதற்காக வருந்துகிறேன். உங்கள் ஒத்துழைப்பு மற்றும் ஆதரவில் இன்னும் பல புத்தகங்கள் படைப்பேன் என்ற நம்பிக்கையில்...

உங்கள்,

ஆர். எ

[ரா. அபினேஸ்]

உள்ளே...

1 - கழுதைக்கு தெரியுமா கற்பூர வாசனை!

தெரிந்த பொருள்:

கழுதைக்கு எவ்வாறு கற்பூரத்தின் மணம் தெரியாதோ, அதேபோல் ஒரு செயல் அல்லது பொருளின் பலன் அதாவது மதிப்பு பற்றி சரியாக உணராமல் செயல் படும் போது இந்த பழமொழியை பயன்படுத்துவர்.

பார்வையின் மறுகோணம்:

கற்பூரத்தை ஏற்றி கழுதையின் முன் காட்டும் பொழுது அது எரியும் கற்பூரத்தை மூச்சு விட்டு அனைக்க தான் செய்யும். காரணம் மணம் தெரியாமல் இருப்பதால் அல்ல, மாறாக நெருப்பின் மீது கொண்ட பயத்தால்.

"கழு தைக்க தெரியுமாம் கற்பூர வாசனை"

கழு என்பது ஒரு வகையான கோரை புல். நம்மில் பலர் பார்த்த அல்லது கேள்விபட்ட ஒன்று தான் கோரைப்புல். இது பாய் பின்ன [தைக்க / நெய்ய] பயன்படுத்த படுவது. கழு என்னும் கோரை வகைக்கு, கற்பூரத்தின் மணம் உண்டு. அதை பாயாக மாற்ற தைக்கப்படும் போது அதன் மணம் மனதை கவருமாம். அந்த கழுவால் தைக்க பட்ட பாயை பயன்படுத்தும் போது அது மருத்துவ குணம் வாய்ந்ததாகவும் செயல் பட்டு நம்மை பாது காக்கிறதாம்.

குழந்தையை இந்த பாயில் படுக்க வைத்தால் பூச்சி ஏதும் அருகில் வராது. எனவே அக்காலத்தில் இந்தியாவின் முதுகெலும்பு என கருதப்படும் கிராமங்களின் அத்தியாவசிய பணியாக இருந்த விவசாய பணியை மேற்கொள்ளும் போது, குழந்தையை பார்த்துகொள்வது சற்று சிரமம். எனவே இந்த கழுவால் செய்யபட்ட பாயில் தான் குழந்தையை படுக்க வைத்து விட்டு வேளை பார்ப்பார்கள்.

அந்த பாய் இயற்கையாகவே விஷ பூச்சிகளை அருகில் அண்டவிடாமல் வைக்கும். இது குழந்தைகளின் பாதுகாப்பிற்கு அரணாக, ஒரு கவசமாக இருந்து செயல் புரிந்துள்ளது. இந்த வகை பாய் இப்பொழுது கிடைக்குமா என தெரியவில்லை. கிடைக்குமா என்பதைவிட, இந்த வகை கோரைப் புல் அழியாமல் இருக்கிறதா என்பது தான் முக்கியம்.

தற்சமயம் நாம் பயன் படுத்தும் கோரை பாய்கள் சாதா ரக கோரை வகையை சார்ந்தது. கழு ரக கோரை தற்சமயம் கிடைப்பதில்லை.

ஆசிரியர் பார்வை:

ஏரிகள் நாரிக் கிடக்கின்றன

ஆறுகள் அடையாளமற்று போயிற்று

குளங்கள் குட்டைகளாகி

குட்டைகள் தரை தளங்களாகி

தரை தளங்கள் கட்டிடங்களாகி

விண்ணைத் தொடுகிறது

ஆம், தரையே காணாமல் போய் விட்டது இதில் கோரைக்கு எங்கே போவது?, கோரை பாய்க்கு எங்கே போவது? நீங்கள் நினைப்பது சரி தான். என்ன தான் வித விதமாக பஞ்சு மெத்தைகள் பயன்பாட்டிற்கு வந்தாலும், வாசலில் நிலவின் ஒளியில் பாயில் படுத்து வானத்தை பார்த்து கொண்டு படுக்கும் சுகமே தனி தான். அதை அனுபவித்தால் தான் புரியும்.

நாள் முழுவதும் உழைத்து களைத்து வரும்பொழுதும், மனதில் பல்வேறு குழப்பங்கள் சஞ்சலங்கள் இருக்கும் பொழுதும் நம் மனதிற்கு தெளிவையும், நிம்மதியையும் தரும் சக்தி பாய்க்கு உண்டு.

நன்றாக தூய்மையாக சாணி தெளித்து பெருக்கப்பட்ட வாசல்,

புல்லின் இனத்தை சேர்ந்த கோரையை வரிசையாக கோர்த்து,

செவ்வக வடிவிலே தட்டையான ஒரு விரிப்பு.

அதன் மேல் தாய், தந்தை, அண்ணன், அக்கா, தங்கை என அனைவரும் அமர்ந்து, ஆளுக்கொரு தட்டில் சோறு போட்டு அம்மா கொடுக்க, தாத்தாவும், பாட்டியும், பேர பிள்ளைகளின் சேட்டைகளை ரசிக்க... குடும்பத்தையே தாங்கிய அந்த பாய் மக்கி மண்ணாய் போனது.

கோரை பாயில் படுக்கும் பழக்கமே மறந்து, மறைந்து வரும் பொழுதில் என்ன ஆக போகிறது இதை தெரிந்து. சரி தான் பஞ்சு மெத்தையில் படுக்கும் காலம் இது, கோரை பாயில் படுக்கும் காலம் அல்ல.

பஞ்சு மெத்தையை பயன் படுத்துவதை தவிர்க்க வேண்டாம் ஆனால் கோரை பாயை அவ்வப்பொழுது பயன் படுத்தினால் ஏதோ ஒரு நன்மை கிடைக்கும் உடலுக்கு மற்றும் உலகுக்கு.

இயற்க்கையோடு ஒன்றிணைய ஒரு வாய்ப்பு.

2 - ஆவதும் பெண்ணாலே, அழிவதும் பெண்ணாலே!

தெரிந்த பொருள்:

ஒரு பெண் நினைத்தால் ஆக்கவும் முடியும் அழிக்கவும் முடியும். நன்மை நடப்பதும் தீமை நடப்பதும் பெண்கள் கையில் தான் இருக்கிறது.

பார்வையின் மறுகோணம்:

நன்மை உருவாகுவதும் தீமை அழிவதும் பெண்ணால் தான் நிகழ்கிறது. நாம் பொதுவாக, பெண்ணால் ஆக்கவும் அழிக்கவும் முடியும் என்று கூறுகிறோம். ஆனால் விளக்கம் என்னவென்றால், பெண்ணால் நன்மையை உருவா[ஆ]க்க முடியும், தீமையை அழிக்க முடியும் என்பது தான்.

ஆசிரியர் பார்வை:

'ஆவதும் பெண்ணாலே அழிவதும் பெண்ணாலே' உண்மை தான். ஒரு மனிதனை கருவில் உருவாக்குவது பெண், அதே போல் உலகத்தில் ஒரு மனிதனை உருவாக்குவதும், உயர்த்துவதும், தாழ்த்துவதும் பெண் [எழுதுகோல்].

சும்மாவா சொன்னார்கள் 'வாள் முனையை விட பேனா முனை கூர்மையானது' என்று. ஒரு தனி மனிதனை பற்றி எழுதபட கூடிய விடயங்கள் இக்கால மற்றும் வருங்கால வரலாறாக மாற்றப்படுகிறது. எழுத பட்டவை கட்டுகதையாகவும் இருக்கலாம், உண்மையாகவும் இருக்கலாம். பெண்ணிற்கு [எழுதுகோல்] உண்மை எது, பொய் எது என்று தெரிய வாய்ப்பில்லை. ஆகவே அதற்கு ஒரு மனிதனை ஆக்கவும் அழிக்கவும் வல்லமை அதிகமாகவே உள்ளது.

பெண்ணாலே!

பெண் என்பவள் ஒவ்வொருவருடைய வாழ்விலும் இன்றியமையாதவள். பெண் இல்லாமல் வாழ்ந்துவிட தான் முடியுமா? அல்லது பெண் இல்லாமல் இம்மண்ணில் பிறக்கதான் முடியுமா? உலகத்தில் மானுட பிறவி இருக்கிறென்றால் அதற்கு காரணமே பெண் தானே! பத்து மாதம் கருவில் சுமக்காமல் போனால், இந்த உலகில் ஏது மனிதகுலம்?

பெண் மனவலிமை கொண்டவள், ஆண் உடல்வலிமை கொண்டவன் என பொதுவாக கூறுகிறார்கள். சொன்னால் சொல்லிட்டு போகட்டும் அனால் நான் அதை எப்பொழுதும் ஏற்றுகொண்டதில்லை. பெண் உடல் வலிமையில் குறைந்தவள் என்றால் பத்து மாதம் தன் கருவில் ஒரு குழந்தையை சுமக்க முடியுமா, இல்லை சுமந்த குழந்தையை உயிருடன் உலகத்திற்கு அறிமுகபடுத்த, தன் உயிரையும் பொருட்படுத்தாமல், வலியும் வேதனையும் ஏற்று பெற்று எடுக்கத்தான் முடியுமா?

உயிரை கொடுத்தவன் கடவுள் என்றல்லவா கடவுளை வணங்குகிறோம். ஆனால் அவர் எப்பொழுது உயிரை கொடுத்தார் யாருக்கு உயிரை கொடுத்தார் என யாரும் பார்த்ததில்லை.

சாட்சியத்தோடு நமக்கு உயிரை கொடுத்தது ஒரு பெண் தானே! அப்பொழுது அவள் அல்லவா நம் கடவுள், நம் தெய்வம். ஆனால் இதை யாரும் பெரிதாய் பொருட்படுத்துவதே இல்லையே ஏன்?.

என்னால் ஏதேதோ எடுத்துகாட்டுகள் கூற முடியும், ஆனால் தேவை இல்லை. அவள் தாயாகிறாள் ஆகவே அவள் தெய்வமாகிறாள். இது ஒரே ஒரு எடுத்துகாட்டு போதும் "ஆவதும் பெண்ணாலே அழிவதும் பெண்ணாலே" என கூற. நம்மை கருவில் உருவாக்குகிறாள் உலகத்திற்கு அறிமுகபடுத்த. ஒருவேளை நம்மை கருவிலே அழித்துவிட்டு இருந்தால்? எனவே சந்தேகத்திற்கு இடம் கொடாமல் பெண் இன்றியமையாதவள் என ஏற்றுக்கொள்ளதான் வேண்டும்.

பென்னாலே! (எழுதுகோல்)

பெண்ணின் பெருமையை எடுத்துசொல்ல என்னிடம் இருக்கும் ஆயுதமே பென் தான். எழுதுகோல் வைத்துதான் இதை பதிவாக மாற்றுகிறேன். ஒரு எழுதுகோல் ஒருவருடைய வாழ்க்கையை ஆக்கவும் முடியும் அழிக்கவும் முடியும். ஒரு நல்ல மனிதனை பற்றி அவதூறாக ஒரு பதிவை ஏற்ப்படுத்திவிட்டோம் என்றால் என்ன ஆகும்?

நீங்கள் நினைக்கலாம் அவரை பற்றி தெரிந்தவர்கள் இருப்பார்கள் அல்லவா? அவர் நல்லவர் என அவர்களுக்கு தெரியாதா என? இதில் நாம் யோசிக்கவேண்டிய விடயம் என்னவென்றால், பதியப்பட்ட எழுத்துக்களின் வலிமை பற்றி தெரியாதவர் தான் இப்படி யோசிப்பர், இன்று அவை எழுதப்பட்ட எழுத்துக்களாக இருக்கலாம், ஆனால் நாளை அவை எழுதப்பட்ட வரலாறாக மாறும்.

ஒருவருடைய உண்மை நிலையை மாற்றி எழுதிவிட்டால் அது நாளைய வரலாறாக மாறும் போது அந்த தலைமுறை அதை தான் நம்பும். இப்படியாக பல மறைக்கப்பட்ட வரலாறுகள் உள்ளன, திரிக்கப்பட்ட வரலாறுகளும் உள்ளன. நம்மில் பலர் அதையும் அப்படியே நம்பி கொண்டுதான் இருக்கிறோம்.

ஒரு எழுதுகோல் வரலாறையே மாற்றும் வல்லமை கொண்டது. எனவே ஒரு பென்னை வைத்து ஒருவரை ஆக்கவும் முடியும் ஒருவரை அழிக்கவும் முடியும்.

பெண்ணின் அழகு

பென்னிற்கு தெரியும்

பெண்ணிற்கு பென்மை அழகு

பென்னிற்கு பென் – மை அழகு

பெண்ணின் வரையறை

பென்னிலே உள்ளது

பெண்ணின் பலம் பென் அரியும்

இரண்டிற்க்குமான ஒற்றுமை மிகவும் அதிகம் தான். பெண்ணா இருந்தாலும் சரி, பெண்ணா இருந்தாலும் சரி இரண்டுமே ரொம்ப பவர்ஃபுல்தான், அத ஏத்துகிட்டு தான் ஆகனும். அது உண்மையும் கூட.

பெண்ண புடிச்சி எந்த எண்ணத்தோட என்ன எழுதுறோமோ அதான் பதிவாகும், அதே மாதிரி ஒரு பொண்ணு கிட்ட எந்த எண்ணத்தோட பழகுறோமோ அதே எண்ணம் தான் நமக்கும் நடக்கும். ஆகமொத்தம் எண்ணம் ரொம்ப முக்கியம்.

பெண்னிற்க்கு [எழுதுகோல்] வேண்டுமானால் உண்மை எது பொய் எது என்று தெரியாமல் இருக்கலாம் ஆனால் எழுதுபவருக்கு நன்றாகவே தெரியும். முடிந்த அளவுக்கு எழுதும் போது உண்மையை மட்டுமே எழுதுவோம். பெண்ணை மதிப்போம், பெண்னையும் மதிப்போம்.

கண்ணால் காண்பதும் பொய்
காதால் கேட்பதும் பொய்
தீர விசாரிப்பதே மெய்

3 - குண்டு சட்டியில, குதிர ஓட்டுறது போல!

தெரிந்த பொருள்:

வெளி உலகம் தெரிந்து கொள்ளாமல் உள்ளூரிலேயே சுற்றி சுற்றி வந்து கொண்டிருப்பவரை பார்த்து, குண்டு சட்டியில குதிர ஓட்டுறது போல, இங்கையே சுத்திட்டு இருகான் பாருனு சொல்லுவாங்க.

பார்வையின் மறுகோணம்:

'குன்று செடியில் குதிரை ஓட்டுவது போல்'

அந்த காலத்தில் வாகனமாக பெரிதும் பயன்படுத்த பட்டது குதிரை தான். அவ்வாறு பயன்படுத்திய போது, குட்டியான [சின்ன / சிறிய] செடிகளின் மீது குதிரைகள் மிதித்து செல்லும் போது, செடிகள் வாடி காய்ந்து அழிந்தது, அதை தவிர்க்கவே 'குன்று செடியில் குதிரை ஓட்டாதே' என்று கூறினார்கள்.

ஆசிரியர் பார்வை:

வாய்ப்புகள் தானாக கிடைப்பதில்லை, அதை தேடி சென்று தான் பெற வேண்டும்.

நான் என் பணி நிமித்தமாக ஒரு மகளிர் குழு கூட்டத்திற்கு செல்ல வேண்டி இருந்தது. கூட்டம் முடிந்ததும், உங்களுக்கு ஏதாவது தேவை இருந்தால் கூறுங்கள் என்றேன். ஒரு அம்மா என் மகள் இளங்கலை பட்டப்படிப்பு முடித்திருக்கிறாள், ஆசிரியர் பயிற்சி கல்வியும் முடித்திருக்கிறாள், முடித்து இரண்டு வருடம் ஆகிறது, உங்களால் அவளுக்கு வேலை வாங்கி தர முடியுமா? என உதவி கேட்டார்கள்.

நான் உடனே, சரிம்மா எங்கள் அலுவலகம் இங்கிருந்து ஒரு பத்து கிலோமீட்டர் தொலைவில் தான் உள்ளது, உங்கள் மகளிடம் அவருடைய சுயவிவரங்களை எடுத்துக்கொண்டு வந்து என்னை அலுவலகத்தில் சந்திக்க சொல்லுங்கள், என கூறினேன். அந்த அம்மா உடனே, ஐய்யோ சார், அவ்வளவு தூரமா, என் பொண்ணு வர மாட்டா பயப்படுவா, அவள அனுப்பி வச்சிட்டு, அவ திரும்ப வர வரைக்கும் நாங்களும் பயந்துட்டே தான் சார் இருப்போம் என்ற பதில்.

எனக்கு அந்த பெண் ஏன் இது வரை வேளைக்கு செல்லவில்லை என தெளிவாக புரிந்து விட்டது. காரணம் அந்த பெண்ணின் தயக்கம் மற்றும் பெற்றோரின் பயம்.

இருக்குற எடத்துலயே எல்லாம் கெடச்சிடனும்னு ஒக்காந்துட்டு இருந்தா, கடைசி வரைக்கும் அப்படியே இருக்க வேண்டியது தான். வாய்ப்பை தேடி செல்லாவிட்டால் வாழ்க்கையில் வெற்றி கிடைக்காது. மாறாக நம்மிடம் உள்ள திறமைகள் குதிரையின் குளம்படிப்பட்ட செடிகள் அழிவதை போல, அழிவை நோக்கி சென்று கொண்டிருக்கும் என இதே விளக்கத்தை, நான் அந்த அம்மாவிடம் கூறினேன், அவர்களும் சிரித்து கொண்டு நீங்க சொல்றது என்னவோ சரி தான் சார் என ஏற்றுக்கொண்டு, நான் என் பொண்ணுக்கு தைரியம் சொல்லி அனுப்பி வைக்குறேன் என்று சொன்னார்கள்.

குதிரை என்றால் பொதுவாக மனதில் எழுவது, நல்ல வலிமையான வசீகரமான கட்டுக்கோப்பான உடல் வாகு, பிறகு அதன் ஓடும் திறன். நாமும் வலிமையான மனதோடு, நம் இலக்கை நோக்கி ஓடிக்கொண்டே இருக்க, ஒரு நாள் வெற்றிக்கனியை நிச்சயம் சுவைப்போம்.

நாமும் நம்மிடம் உள்ள திறமையையும், நமக்கு கடவுள் கொடுத்துள்ள உடலையும், நன்றாக வலிமையாக வசீகரமாக கட்டுக்கோப்பாக வைத்து கொண்டு, எப்பொழுதும் நிமிர்ந்து நின்று, நேரிய வழியில் சென்று, சீரிய திறன்களை வளர்த்து கொண்டால் வாழ்வில் வெற்றி அடைவது நிச்சயம்.

திறமையை பயன்படுத்தி, நல்ல பாதையை தேர்ந்தெடுப்போம்!

தேடல் என்று, ஒன்று உள்ளவரை வாழ்வில் வெற்றி கிடைத்து கொண்டே இருக்கும்.

4 - தாய் எட்டடி பாய்ந்தால் குட்டி பதினாறு அடி பாயும்!

தெரிந்த பொருள்:

பெற்றோரை காட்டிலும் பிள்ளைகள் கூடுதலாக செயல் படுவதை சுட்டிக்காட்ட, தாய் எட்டடி பாய்ந்தா குட்டி பதினாறு அடி பாயுது அப்படினு சொல்லுவாங்க.

நன்மையை விட தீமை செய்வதை சுட்டிகாட்டவே பெரும்பாலும் இந்த பழமொழி பயன்படுத்தப் படுகிறது.

கூடுதல் விளக்கம்:

பெற்றோர்கள் பிறருக்கு செய்யும் நன்மையை விட பிள்ளைகள் அதிக நன்மையை செய்வார்கள். அதேபோல் பெற்றோர்கள் பிறருக்கு செய்யும் தீமையை விட பிள்ளைகள் அதிக தீமையை செய்வார்கள், பிறருக்கு மட்டுமல்லாமல் பெற்றோர்க்கும் செய்வதற்கு வாய்ப்பு உள்ளது.

பார்வையின் மறுகோணம்:

'தாய் எட்டடி பாய்ந்தால், குட்டி பதினாறு அடி பாயும்' இந்த பழமொழிக்கும் விவசாயத்துக்கும் பெரிய தொடர்பு இருக்கு. அது என்னன்னா... இதுல 'தாய்' என்பது வாழையை குறிக்கும். 'குட்டி' என்பது தென்னையை குறிக்கும்.

தாய் – வாழை

குட்டி – தென்னை

வாழை கன்ன நடும் போது எட்டு அடிக்கு இடைவெளி விட்டு நட்டோம்னா நல்லா சிறப்பா வளருமாம். அதே மாதிரி தென்னை கன்றை நடும் போது பதினாறு அடி இடைவெளி விட்டு நட்டோம்னா அருமையா வளருமாம்.

இத குறிப்பிட தான் அந்தக் காலத்துல 'தாய்க்கு எட்டு அடி, குட்டிக்கு பதினாறு அடி' விட்டு நட்டா நல்லா பாய்ந்து வளரும்னு சொல்லி இருக்காங்க.

ஆசிரியர் பார்வை:

மரமா இருந்தாலும்

மனுசனா இருந்தாலும்

கொஞ்சம் இடைவெளி இருந்தா தான்

மரமும் நல்லா வளரும்

உறவும் நல்லா தொடரும்.

மரத்துக்கு மரம் கொஞ்சம் இடைவெளி இருக்கலாம், மனுசனுக்கு மனுசன் கொஞ்சம் இடைவெளி இருக்கலாம் ஆனா இயற்க்கைக்கும் மனுசனுக்கும் இடைவெளி இருக்குறத தவிர்த்தே ஆகனும், அப்ப தான் ஊரும் நல்லா இருக்கும் உலகமும் நல்லா இருக்கும்.

வாழை பழத்திற்க்கும், தேங்காய்க்கும் நல்ல சக்தி திறன் உள்ளது. தினம் ஒரு வாழை பழம் உண்ணும் பழக்கம் நாம் மருத்துவரிடம் செல்வதை தவிர்க்கும் என்பார்கள். இரண்டு வாழைப்பழம் மற்றும் அரை மூடி தேங்காய் 21 தினம் இரவில் உணவிற்க்கு பதில் உண்டு வந்தால் உடல் நன்கு பலம் பெரும் எனவும் கூறுவார்கள்.

தேங்காய்ப்பால் வயிற்று எரிச்சலுக்கு நல்லது. இவ்விரண்டையும் அவ்வப்போது உண்டு பயன்பெறுவோம்.

வாழை மரம் மற்றும் தென்னை மரம் இரண்டிற்கும் இருக்கும் ஒற்றுமை என்னவென்றால், அதன் அனைத்து பாகங்களுமே நமக்கு பயன் படுபவை. வாழை மரத்தில் இருந்து வாழைப் பழம், வாழைப் பூ, வாழைத் தண்டு, உணவருந்த வாழை இலை, பூ தொடுக்க வாழை நார், கூடைப் பின்ன வாழை மட்டை என அனைத்துமே பயன் படும்.

தென்னை மரத்திலிருந்து குடிக்க இளநீர், தூய்மை செய்ய துடப்பம், பின்னப் பட்ட இலை கூரைக்கு, தட்டிற்கு மட்டை, தலைக்கு தேய்க்க எண்ணெய், சமைக்கவும் பயன்படுத்துகின்றனர், மரத்தினை கழியாக மாற்றி கூரைக்கு, அல்லது தூனாக, விறகாக என முழுவதும் பயன் அளிக்கிறது.

அவற்றை முழுமையாக பயன் படுத்தும் நாம், பயன் படுத்திக் கொண்டு மட்டும் இருக்காமல் அதை உற்பத்தி செய்யவும் வேண்டும். அவை நமக்கு பயன்படுவது போல நாமும் அடுத்தவருக்கு பயனாக இருக்க முயற்சிக்கவும் வேண்டும்.

5 - பூனை குறுக்கே போனால் ஆகாது!

தெரிந்த பொருள்:

நாம் வெளியே செல்லும் போது வழியில் குறுக்கே பூனை சென்றால், போகிற காரியம் தடை பட்டு போகும் அல்லது சரியாக நடக்காது என எண்ணி அதை அபசகுனம் என்று சொல்கிறோம். மேலும் பூனை குறுக்கே போனால் ஆகாது என்றும் சொல்கிறோம்.

கூடுதல் விளக்கம்:

அரசர்கள் ஆட்சி செய்த காலத்தில், அரசர் ஒருவர் போருக்கு சென்றார். அப்பொழுது பூனை ஒன்று குறுக்கே ஓடியதாம். அதை பார்த்த அரசர் அந்த வழியே போருக்கு செல்லாமல், தன் படைகளை திருப்பி வேறு வழியாக சென்றாராம். அதிலிருந்து அரசர் காரணம் இல்லாமல் எதையும் செய்ய மாட்டார், பூனை குறுக்கே சென்றால் ஏதோ பிரச்சனை வரும் போல என்று மக்கள் நினைக்க ஆரம்பித்து விட்டனர்.

பார்வையின் மறுகோணம்:

அரசர் போருக்கு சென்ற போது, குறுக்கே பூனை சென்றதால் அவ்வழியை மாற்றி அரசர் வேறு வழியில் போருக்கு சென்றார். காரணம், பூனை இங்கே இருக்கிறதென்றால் கண்டிப்பாக இது மக்கள் வாழும் இடமாக தான் இருக்க கூடும். ஆகவே நம் படைகளுடன் சென்றால் மக்களுக்கு தேவையில்லாத பதற்றமும் பயமும் வர வாய்ப்பு உள்ளது, ஆகவே அவர்களை தொந்தரவு செய்யாமல், மாற்று வழியில் செல்வோம் என திட்டமிட்டு வழியை மாற்றி சென்றார்.

ஆசிரியர் பார்வை:

மூட நம்பிக்கை எனும்
முக்காடை அகற்றி அதற்கு
முற்றுப்புள்ளி வைத்து
மூட்டை கட்டி
தலையை சுற்றி வீசுவோம்

பூனை குறுக்கே போகிறதோ நெடுக்கே போகிறதோ, அது செல்ல வேண்டிய இடத்திற்கு சரியாக தெளிவாக தான் செல்கிறது. நாம் தான் அதை கண்டு தேவையற்ற மன குழப்பத்தை வளர்த்து கொள்கிறோம்.

அரசராவது பூனையை கண்டு வழி மாறியாவது சென்றார் ஆனால் நாம் அதே வழியில் தான் எப்படியும் செல்லப் போகிறோம். இதில் எதற்கு தேவையற்ற குழப்பம். நாம் செல்லும் காரியம் வெற்றி அடையும் என்ற எண்ணம் மட்டும் போதும். செல்லும் காரியம் நன்றாகவே நடக்கும்.

யானைக்கு தும்பிக்கை தான் பலம்
மனிதனுக்கு நம்பிக்கை தான் பலம்
பூனையை நம்புவதை விட்டு
நம்மை நாம் நம்புவோம்

6 - ஆமை புகுந்த வீடு உருப்படாது!

தெரிந்த பொருள்:

ஆமை என்பது தரித்திரம் அது வீட்டுக்குள் புகுந்தால் கேடு. அப்படி புகுந்து விட்டால் அந்த வீட்டிற்க்குள் வசிக்க கூடாது.

ஆமை மிகவும் மெதுவாக நடக்கும் இயல்பை கொண்டது. அது வீட்டிற்க்குள் நுழைந்தால் வீட்டில் நடைபெரும் செயல்களும், ஆமை போலவே மெதுவாக நடக்கும் என்று நினைக்கிறேன். அவ்வாறு மெதுவாக நடக்கும் போது, தானாக வீட்டின் வளர்ச்சி குறைந்து செல்வ செழிப்பும் அழிய வாய்ப்புள்ளது என்பது ஒரு நம்பிக்கையாக இருக்கிறது.

கூடுதல் விளக்கம்:

ஆமை நீரில் வாழ கூடியது, அப்படி நீரில் வாழும் உயிரினம் மனிதர் வாழும் குடியிருப்பில் நுழையும் போது ஒரு வேளை, பெரிய அளவிற்கு மழையோ, வெள்ளமோ வர வாய்ப்புள்ளதாகவும், ஆமை அதை முன் கூட்டி அறிந்து இடம் பெயறும் போது தெரியாமல் வீட்டிற்குள் நுழைந்து விடுகிறது என்றும் சிலர் குறிப்பிடுகின்றனர்.

ஆமை என்பது மெதுவாக அதுவும் மிகவும் மெதுவாக நடக்கும் இயல்பை தன் பிறவி குணமாக கொண்டுள்ளது. அப்படிப் பட்ட ஆமை தன் வீட்டிற்குள் வருவதை கூட கவனிக்காமல் வீட்டில் இருப்பவர்கள் இருந்தால், அது அவர்களுடைய பொருப்பற்ற தன்மையையும், சோம்பேறித் தனத்தையும், கவனக்குறைவையும் வெளிக்காட்டுகிறது.

அப்படிப் பட்டவர்கள் செய்யும் செயல்களில் அவர்களுக்கு ஈடுபாடு எப்படி இருக்கும் என்று நீங்களே யோசித்து கொள்ளுங்கள். ஆகவே அவர்கள் செய்யும் காரியங்கள் தோல்வியை நாடி வளர்ச்சி குன்ற தான் செய்யும்.

பார்வையின் மறுகோணம்:

'ஆமை புகுந்த வீடு உருப்படாது'

'ஆம்பி பூத்த வீடு உருப்படாது'

'ஆம்பி' என்றால் 'காளான்', காளான் பூத்த வீடு உருப்படாது என்பது தான் கூற்று, அது தான் காலப்போக்கில் மாறி விட்டது.

ஒரு வீடு காளான் வளரும் அளவிற்கு இருக்கிறதென்றால், அந்த வீட்டு நபர்களின் பராமரிப்பு சரி இல்லை என்று தான் அர்த்தம். மேலும் காளான் நல்ல ஈரப்பதம் இருக்கும் இடத்திலும், சூரிய ஒளி இல்லாத இடத்தில் தான் வளரும்.

அப்படிப்பட்ட சுத்தம் இல்லாத, சூரிய ஒளி இல்லாத வீட்டில் இருப்பவர்கள் கண்டிப்பாக நோயால் பாதிப்புக்குள்ளாவார்கள். அந்த வீட்டிற்கு, வெளி ஆட்கள் செல்ல தயங்குவர், தனக்கும் நோய் தொற்று வந்துவிடும் என்ற அச்சமும் வரக் கூடும்.

அந்த வீட்டு நபர்களால் வீட்டை சரிவர பராமரிக்க இயலாமல் வீடு பாழடைந்து, பராமரிப்பு அற்று போய் இருக்கும். ஆக மொத்தம் நோய் ஏற்பட்டு மனிதர் மரணத்தை தழுவுவர், வீடும் பாழடைந்து அழிந்து போகும்.

இதற்கு மற்றும் ஒரு விளக்கம் உண்டு அது என்னவென்றால், ஆமை என்பது பொதுவாக மீனவர்களுக்கு திசைமாணியாக வழிகாட்டியாக பயன் படுமாம். மீனவர்கள் கடலில் சென்று மீன் பிடித்து விட்டு கரை திரும்பும் போது, வழி தெரியாமல் போனால் ஆமை செல்லும் திசையை வைத்து தனது ஊருக்கு சென்றடைவார்களாம்.

எனவே தமக்கு வழிகாட்டியாக இருக்க ஒரு சில மீனவர்கள் ஆமையை தன் வீட்டிலே வைத்து வளர்ப்பார்களாம். கடலுக்கு செல்லும் பொழுது எடுத்து செல்லுவது பிறகு வீட்டில் வைத்து கொள்வது என பழக்கம் இருக்கும்.

இதற்கும் பழமொழிக்கும் என்ன சம்மந்தம் என நினைக்க தோன்றும். தொடர்பு என்னவென்றால்,

மீன் பிடிக்க கடலுக்கு செல்லும் மீனவனும்,
போர் புரிய போருக்கு செல்லும் படைவீரனும்
திரும்ப உயிரோடு வருவான் என்ற
உத்திரவாதம் இல்லை.

எனவே மாப்பிளை பார்க்க செல்லும் போது அவர்கள் வீட்டில் ஆமை இருந்தால், அவர் மீனவர் என்று புரிந்து கொண்டு தன் பெண்ணை திருமணம் செய்து கொடுப்பதை தவிர்த்து விடுவர். அந்த நபருக்கு திருமணம் நிகழாமல் தனியாகவே இருந்து வாழ்க்கை முடிவடைந்து விடும் என்பதும் ஒரு விளக்கமாக உள்ளது.

ஆசிரியர் பார்வை:

ஒரு வேளை ஆமை பார்க்க அறுவறுப்பாக இருக்கிறது என்று அதை பிடிக்காதவர்கள், கிட்ட சேர்க்கப் பிரியப்படாமல், ஆமையைக் கேவலப்படுத்தும் விதமாக அப்படி சொல்லி இருப்பார்கள் என்று 'சத்குரு' அவர்கள் கூறி இருக்கிறார்.

ஒவ்வொருவருடைய மனதை சார்ந்தே எல்லாம் நிகழும். ஆமை வந்தாலும் சரி ஆட்டுக்குட்டி வந்தாலும் சரி, நாம் இருக்கும் இடத்தை சுத்தமாக வைத்து கொண்டால் மட்டும் தான் நல்ல ஆரோக்கியம் உண்டாகும். நம் வீடு உருப்படாமல் போவதும் உருப்படுவதும் நம் கையில் தான் உள்ளது. ஆமை மேல் பழிபோட்டு ஒன்றும் ஆக போவதில்லை.

பெரும்பாலும் வீடுகட்டும் பொழுது வாஸ்து சாஸ்த்திரம் பார்த்து சிலர் கட்டுகிறார்கள், சிலர் அவர்களின் விருப்பம் போல் கட்டுகிறார்கள். இன்னும் ஒரு சிலர் அவர்களுக்கு பிடிக்காமலே கட்டுகிறார்கள். ஏன் அப்படி? அது அப்படிதான். பெரும்பாலும் நகர்புறங்களில் இது அதிகம், கிராமபுறங்களிலும் தற்சமயம் சற்று பெருகி வருகிறது.

காரணம் இப்பொழுதெல்லாம் ஒரு மனை வாங்குவதே குதிரை கொம்பாக இருக்கிறது. எனவே. அதில் ஒரு அடி கூட விடாமல் சுகுராக கட்டிவிடுகின்றனர். ஒரு ஜன்னல் வைக்க வசதி இல்லாமல், வாசல் வைக்க வசதி இல்லாமல். ஏதோ கட்ட வேண்டுமே என்ற நிர்பந்தத்தில் கட்டிவிடுகின்றனர்.

சரி இதை விடுவோம், வாஸ்த்து சாஸ்த்திரம் பார்த்து கட்டுபவர்களும், முழுமையான சொந்த ஆசையில் அவர்களின் விருப்பத்திற்கு ஏற்ப வீடு கட்டுபவர்களும் மனதில் வைத்துகொள்ள வேண்டிய முக்கியமான ஒரு விடயம் உள்ளது. அது என்னவென்றால் முடிந்த அளவுக்கு ஜன்னல் அதாவது காற்றோட்ட வசதி மற்றும் சூரியவெளிச்சம் வீட்டினுள் படும்படியாக கட்ட வேண்டும். இவ்வாறு செய்தாலே வீடும் வீட்டில் உள்ளவறும் ஆரோக்கியமாக இருப்பார்கள்.

'நோயற்ற வாழ்வே குறைவற்ற செல்வம்'
'சுத்தம் சோறு போடும்'

என்பதை புரிந்து கொள்ள முயற்சிப்போம். ஆமை என்பது தன் வீட்டை தன் முதுகிலேயே சுமந்து செல்கிறது. ஆகமொத்தம் அது பாதுகாப்பாக தான் இருக்கிறது. முடிந்தால் நாம் நமக்கு என்று ஒரு சொந்த வீட்டை நல்ல காற்றோட்ட வசதியோடும் சூரியவெளிச்சம் படும்படியும் கட்டி, பாதுகாப்பாகவும் ஆரோக்கியமாகவும் செல்வ செழிப்போடும் மகிழ்ச்சியாக இருப்போம்.

ஆமை தன் சுமை பாராமல் அதன் ஓட்டை சுமப்பது போல, நாமும் நம் வாழ்க்கையில் வரும் துன்பங்களை எல்லாம் நன்மைக்கே, எல்லாம் சில காலம் தான், இந்த நிலையும் மாறும், இந்த துன்பம் என்னை இன்னும் மனவலிமை கொண்டவராக மாற்றும், இது எனக்கு கிடைத்த ஒரு பாடம் என்று நேர்மறையாக யோசித்து அந்த துன்பங்களை சுமக்க கற்றுக்கொண்டால் நம் வாழ்க்கை சிறப்பாக மிகவும் சிறப்பாக அமையும்.

நாம் இருக்கும் வீடு மற்றும் சுற்றுபுறத்தை தூய்மையாக வைத்துகொள்வோம் நலமோடு வாழ்வோம்!

7 - மாமியார் உடைத்தால் மண் குடம், மருமகள் உடைத்தால் பொன் குடம்

தெரிந்த பொருள்:

மண்ணாலான பானையை மருமகள் உடைத்து விட்டால் மாமியார் தைய தக்க என்று குதித்து ஆர்ப்பாட்டம் நடந்து விடும், அதையே மாமியார் உடைத்தால் மண் குடம் தானே என்று விட்டு விடுவாள்.

கூடுதல் விளக்கம்:

மருமகள் எதாவது ஒரு தவறை செய்து விட்டால் அது மிக சிறிய தவறாக இருப்பினும், அதை மிகப்பெரிய விடயமாக மாற்றி மருமகளை ஏசுவது. ஆனால் அதே தவறை மாமியாரோ அல்லது அவருடைய பெண்ணோ அவர் வீட்டு ஆட்களோ செய்தால், பெரிது படுத்தாமல் அட இது ஒரு தவறா என்று கண்டுகொள்ளாமல் விட்டு விடுவது.

பார்வையின் மறுகோணம்:

'மாமியார் உடைத்தால் மண் குடம், மருமகள் உடைத்தால் பொன் குடம்' என்று நாம் கூறும் பழமொழியின் உண்மையான வரிகள் இவை தான்.

'மாமியார் உழைத்தால் மண்ணுக்கு உரம்,
மருமகள் உழைத்தால் பொன்னுக்கு உரம்'.

இந்தியாவின் முதுகெலும்பு விவசாயம் தான். இந்தியா என்றாலே விவசாயம் தான். கிராமத்தில் வசிக்கும் ஒரு விவசாயியின் வீட்டில் மாமியாரும், மருமகளும் இணைந்து நிலத்தில் உழைக்கும் போது, அந்த வீட்டிற்கு பொன்னும் பொருளும் சேரும்.

ஆசிரியர் பார்வை:

மருமகள், மறு மகளாக தான் பார்க்க பட வேண்டும். மாறாக மர்மக் கல் போன்று பார்த்து அதை தூக்கி எறிந்தால் அது உடைக்கப் போவது நம் மண்டையாக கூட இருக்கலாம். எது வேண்டுமானாலும் எப்போது வேண்டுமானாலும் மாறலாம்.

பானையை உடைத்து கெட்ட பெயர் வாங்கும் மருமகளாக இருந்தாலும் சரி, நிலத்தில் இறங்கி உழைத்து வீட்டிற்கு பொன்னும் பொருளும் சேர்க்கும் மருமகளாக இருந்தாலும் சரி, ஆக மொத்தம் இரண்டிலுமே ஒரு ஒற்றுமை இருக்கிறது. அது என்ன? பெரியதாக ஒன்றும் இல்லை, மண் தான்.

மண்ணை பயன் படுத்தி பானை செய்து அதன் மூலம் வருமானம் ஈட்டுகிறோம், அதேபோல் மண்ணை பயன்படுத்தி விவசாயம் செய்து அதன் மூலம் வருமானம் ஈட்டுகிறோம், மண்ணின் மேல் பாரத்தை வைத்து மேலோக்கி கட்டிடத்தை எழுப்பி கை நிறைய அள்ளுகிறோம் பணத்தை, 'காச மண்ணுல போட்டா என்னைக்கானாலும் அது நட்டம் அடையவே அடையாது, பல மடங்கு கூட தான் செய்யும்' என்ற எண்ணத்துல, ஓகோ என்று நிலங்கள் வியாபாரமாக்கப்பட்டு கொண்டிருக்கிறது.

தண்ணீரா, காற்றா, நெருப்பா, பொன்னா, தங்க இடமா..... இந்த மண், இந்த பூமி நமக்காக என்னதான் தரவில்லை, அதனால் முடிந்ததை கொடுத்து கொண்டு தான் இருக்கிறது.

நாம் அதற்கு என்ன திரும்ப கொடுக்கிறோம் என்ற கேள்வி மனதில் எழ தான் செய்கிறது அது மனதை நெருடலாக்கத்தான் செய்கிறது.

ஆனால் இது போன்ற சிந்தனை எதையும் நம் மனதில் வைத்து அசைபோடாமல், அடுத்தவரை பற்றியே மிகவும் அதிகம் யோசிக்கிறோம். ஆம் அப்படி என்ன யோசிக்கிறோம்?

அவங்க வீடு கட்டிடாங்க, அவன் புள்ள பெரிய வேளைக்கு போய்டுச்சு, அவன் புள்ளைக்கு கல்யாணம் ஆகிடுச்சு, அவ நல்லா நகைய வாங்கி வாங்கி சேத்துக்குறா, அவ எவ்ளோ பொடவை வச்சிட்டு இருக்கா, அவங்களுக்கு என்ன பணம் கொட்டி கெடக்குது...

இப்படியாக எப்பொழுதும் அடுத்தவரை பற்றி யோசித்து யோசித்து நாம் நம்மை பற்றி யோசிக்க மறக்கிறோம். அடுத்தவரை பற்றி யோசிக்கும் நேரத்தை நமக்காக யோசிக்க செலவழித்தோமானால் நம் வாழ்க்கையில் முன்னேற்றம் கிடைக்கும்.

நம்மை பற்றி புரிந்துகொள்ள ஒரு வாய்ப்பாகவும் இருக்கும். அவர் அவருக்கு தனி வாயும் வயிறும் தான் கடவுள் கொடுத்துள்ளார். எனவே அவர் அவர் முன்னேற்றம் அவர் அவர்களுடைய உழைப்பில் வந்தது.

எனவே, இதுபோன்ற சிந்தனைகளை சற்று தள்ளி வைத்துவிட்டு, நம் வாழ்க்கையை பற்றி யோசிப்போம். நம் முன்னேற்றம் நம் கையில் தான் உள்ளது. ஒருவர் மீது நாம் பொறாமை படுகிறோம் என்றால் நம் மீது பொறாமை பட பலர் இருக்கதான் செய்கிறார்கள் என்ற உணர்வை மனதில் வைப்போம்.

எனவே நம்மை வாழ வைத்துகொண்டு இருக்கும் இந்த இயற்க்கையை பற்றி யோசிப்போம். அதை எவ்வாறு காப்பது என்ற முயற்சியில் ஈடுபடுவோம்.

இயற்க்கையின்றி செயற்க்கை இல்லை அதை முதலில் புரிந்துகொள்ள வேண்டும். நாம் அனுபவிக்கும் ஒவ்வொரு ஆடம்பர வாழ்க்கைக்கும் முக்கிய காரணம், இயற்க்கையில் இருந்து கிடைக்கும் மூலபொருட்களே.

எடுத்துகாட்டாக நாம் பயன்படுத்தும் மின்விசிறி, தொலைக்காட்சி, அரைப்பான், கைப்பேசி இப்படி பல மின்சாரத்தில் இயங்குவது, இந்த மின்சாரத்தை இயற்க்கையில் இருந்து தான் உருவாக்குகின்றனர்.

பயணிக்கும் மகிழுந்து, பேருந்து, இருசக்கர வாகனம் இவையெல்லாம் இயங்க அடிப்படையாக இருப்பது எரிபொருள், அது கிடைக்கும் இடம் இயற்கை. இப்படியாக எல்லா செயற்கையும் இயற்கையிலிருந்து தான் கிடைத்து கொண்டிருக்கிறது.

செயற்கைக்கு தரும் முக்கியத்துவத்தை இயற்கைக்கும் கொடுத்து தான் ஆக வேண்டும், இல்லையேல் இயற்கையும் இருக்காது செயற்கையும் இருக்காது.

செயற்கை என்ற

நிழலின் நிஜம்

இயற்கை தான்

என்பதை உணர முயற்சிப்போம்.

8 - மண் குதிரையை நம்பி ஆற்றில் இறங்கலாமா?

தெரிந்த பொருள்:

மண்ணால் செய்த குதிரையை நம்பி ஆற்றில் இறங்கினால் என்ன நிகழும், மண் நீரில் கரைந்து விட தான் செய்யும், அதில் அமர்ந்தால் ஆற்றில் மூழ்கி தவிக்க தான் நேரிடும்.

கூடுதல் விளக்கம்:

புதிய தொழிலாக இருந்தாலும் சரி, அல்லது எதாவது முக்கிய செயலாக இருந்தாலும் சரி, அதை மேற்கொள்ளும் முனைப்பில் 'ஆழம் தெரியாமல் காலை விடாதே' என்பதற்கேற்ப, கேட்பாற் பேச்சை கேட்காமல், முன் பின் அனுபவம் இல்லாதவரை நம்பி, பிறகு தோல்வியை சந்தித்து விட்டால், முன்னதாகவே கருத்து கூறியவர்கள் மற்றும் தெரிந்தவர்கள்

மண் குதிரையை நம்பி ஆற்றில் இறங்கலாமா? என்று கேட்கத்தான் செய்வார்கள்.

பார்வையின் மறுகோணம்:

மண்குதிரை நம்பி ஆற்றில் இறங்கலாமா?

[அல்லது]

மங்கு திரையை நம்பி ஆற்றில் இறங்கலாமா?

மண்குதிர் என்பது, ஆற்றில் இருக்கும் மணல் திட்டு அல்லது சிறிய மேடு. ஆற்றில் குளிக்கவோ, விளையாடவோ எதோ காரணத்திற்காக இறங்கும் போது, மூழ்கி விடாமல் இருக்க, புத்திசாலி தனமாக அந்த மண் குதிர் மேல் ஏறி நின்றால் அது காலை வாரி விட தான் செய்யும். உடலுக்கோ உயிருக்கோ சேதம் ஏற்பட வாய்ப்பு அதிகம் உள்ளது.

அதனால் மண்குதிரை நம்பி இறங்காமல் தேவையான பாதுகாப்பு ஏற்பாடோடு இறங்குவதே சிறந்தது. 'மண் குதிர்' என்பது 'மங்கு திரை' என்றும் பொருள் படும். அதாவது மங்க கூடிய திரை [மண் திட்டு].

ஆசிரியர் பார்வை:

ஆற்றில் மண் குதிர் மேல் ஏறி நின்று கொண்டு, நான் பாதுகாப்பாக இருக்கிறேன் என்று கூறுவது போல், இந்த தற்கால கலியுகத்தில் வாழும் நம்மை சுற்றி, தற்காலிக மனிதர்களும், போலி நண்பர்களும், சீம கருவேல மரங்கள் போல நம்மை சூழ்ந்து படர்ந்து பரவி கிடக்கிறார்கள். எத்திசை திரும்பினாலும் கத்தி வைத்திருப்பது போல செல்கிறது வாழ்க்கை.

இவர்கள், காற்றில் உள்ள ஈரப்பதத்தையும் உறிஞ்சி உண்டு, உயிர் வாழும் சீம கருவேல மரங்கள் போல, நம் ரத்தம் மட்டுமல்லாமல் வியர்வையையும் உறிஞ்சி அவர் உயிர் வளர்க்கின்றனர். தான் தான் தான் என்ற சுய நலம் மேலோங்கிகொண்டே இருப்பதனால் இங்கே வாழ அச்சமாக உள்ளது. சுற்றி இருப்பவர்களை சந்தேகமாக பார்க்கும் சூழல் நம்மை மீறி ஏற்படுகிறது.

பிறரை அழிக்கவேண்டும் வாழ விட்டுவிட கூடாது என்ற எண்ணத்தில் இருப்பவர்களை திருத்துவது மிக கடினம். இவர்களை வெட்டி எரிந்தாலும் வளர்ந்து கொண்டு தான் இருப்பார்கள் அதுவும் செழுமையாக தான் வளர்வார்கள்.

இத்தகைய வஞ்சக மனிதர்கள் வாழும் உலகில் வாழ நாம் மிகவும் போராட வேண்டும். எப்பொழுதும் விழிப்புடனும் துடிப்புடனும் இருக்க வேண்டும்.

இத்தகைய உலகில் மிகவும் பாதுகாப்பாகவும், கண்ணும் கருத்துமாகவும் இருந்தால் தான் பிழைப்பை ஓட்ட முடியும். ஆனால் ஒரு விதத்தில் இப்படிபட்ட மனிதர்கள் நம்மை சுற்றி வாழ்வதும் நல்லது தான். ' நம் எதிரி தான் நாம் முன்னேறும் படிக்கல்லை அமைக்கிறான்'

ஆம் அவர்கள் நம்மை அழித்துவிடாமல் இருக்க நாம் போடும் எதிர்நீச்சல் தான் நம்மை முன்னேற்ற பாதைக்கு அழைத்து செல்கிறது. அவர்கள் நம்மை இன்னும் புத்திசாலியாக மாற்றுகிறார்கள், நம்மை இன்னும் வலிமையானவர்களாக மாற்றுகிறார்கள். அவர்களுக்கு நன்றிகள் என்னை இன்று ஒரு வலிமையானவனாக மாற்றியதற்கு.

புத்திசாலி என்று எண்ணி முட்டாள்களாகவே இருக்கிறோம் பலமுறை. நீ தான் புத்திசாலி, நீ மட்டும் தான் அறிவாளி என்று கூறி கூறி முட்டாள் என்னும் வலையை பொன்னாடை போல் நம் மேல் விரித்து, எழவிடாமல் அமர வைத்து அழகு பார்க்கும் உலகம் இது.

நாம் அறிவாளி என்ற பொன்னாடையை தான் போற்றுகிறார்கள் என நம்பி ஏற்கிறோம் ஆனால் அது நம்மை முட்டாள் ஆக்கும் பொன்னாடை. நமக்கு போடப்படும் முக்காடு அது.

நேரடியான எதிரிகளை விட கூடவே இருக்கும் நம்பிக்கை துரோகிகள் மிகவும் ஆபத்தானவர்கள். நல்லவர்போல் நம்முடனே பயணித்து, சரியான தருணம் பார்த்து நம் காலை வாறிவிட தயாராக இருப்பார்கள். நமக்கு உதவுவதுபோல் நமக்கு உபத்தரம் தான் செய்துகொண்டு இருப்பார்கள். அதை கண்டுபிடிக்கவே நமக்கு பல காலம் ஆகும், சிலரை கண்டுபிடிக்கவே முடியாமலும் போகலாம்.

வஞ்சக மாந்தரின்

வசீக வலையில்

வண்டு போல மாட்டி தவிப்பதும்,

தெளிவான சிந்தனையோடு

தென்றலாக வலம் வந்து

வளமாக வாழ்வதும்

அவர் அவர் கையில் தான் உள்ளது!

9 - வர வர மாமியார் கழுதை போல் ஆனாளாம்!

தெரிந்த பொருள்:

ஆரம்பத்தில் நல்ல மாமியாராக இருந்து, காலப்போக்கில் கெட்டவிதமாக நடந்துகொள்வதை இப்படி கூறுவார்கள்.

மேலும் பொதுவாக, நல்ல பண்புடைய, குணமுடைய ஒருவர் காலபோக்கில் சூழ்நிலை காரணமாக, தீய குணங்களை வளர்த்து கொண்டு தனது தீய குணத்தை வெளிப்படுத்துபவர்களை 'வர வர மாமியார் கழுதை போல் ஆனாளாம்' என்று கூறுவர்.

கூடுதல் விளக்கம்:

எவ்வளவு நல்லவர்களாக இருந்தாலும் ஒரு சில சூழ்நிலைகளில் மாற கூடிய சூழல் வருவது சகஜம் தான்.

பார்வையின் மறுகோணம்:

வர வர மாமியார் கயிதை போல ஆனாளாம்!

'கயிதை' என்பது ஊமத்தங்காயை குறிக்கும். ஊமத்தம் செடியில் உள்ள பூ பார்க்க அழகாக இருக்கும். ஆனால் அது காயாக மாறும் போது முட்கள் நிறைந்து மிகவும் விஷத்தன்மை உள்ளதாக மாறிவிடுகிறது.

அதே போல மாமியார் பெரும்பாலும் ஆரம்பத்தில் ஊமத்தம் பூ போல அழகாக நடந்தாலும் காலபோக்கில் உமந்தங்காயாய் மாறி விடுகிறாள்.

ஆசிரியர் பார்வை:

மாமியார் மட்டும் ஊமத்தங்காயாய் மாறுவதில்லை, மருமகளும் ஊமத்தங்காயாய் மாறத் தான் செய்கின்றனர்.

ஒரு பெண் காகத்திற்கு திருமனம் நடந்தது, திருமனம் முடிந்ததும் அந்த காகத்தை தன் பெற்றோர்கள் அதனுடைய மாமியார் வீட்டிற்கு அனுப்பி வைத்தனர். தன் வீட்டில் நல்ல சொகுசு வாழ்க்கை வாழ்ந்த அந்த பெண் காகத்திற்கு தன் மாமியார் வீட்டில் வேலை செய்யவும் பிடிக்கவில்லை, தங்கவும் பிடிக்கவில்லை. உடனே அந்த பெண் காகம், தன் கணவனிடம் சண்டை போட்டு விட்டு, எனக்கு விவாகரத்து வேண்டும் என கூறி தன் பெற்றோர் வீட்டிற்கு சென்று விட்டது.

அந்த பெண் காகத்தின் தந்தை, நடை முறை வாழ்க்கையை புரிய வைக்க பல அறிவுரைகளை கூறினார், எதுவும் அந்த பெண் காகத்தின் மனதை மாற்றவில்லை. சில நாட்கள் கழித்து கணவன் காகம் வந்து மன்னிப்பு கேட்டு, திரும்பவும் வீட்டிற்கு வரும்படி அழைத்தது. பெண் காகம் தன் முடிவில் உறுதியாய் இருந்தது. கணவன் காகம் ஒரு நிபந்தனை வைத்தது. ஒரு புறா கூட்டத்தை காட்டி நீ அந்த கூட்டத்தில் சென்று அவர்களில் ஒருவராய் இருந்து காட்டு, நான் உனக்கு விவாகரத்து தருகிறேன் என்றது.

அவை மிகவும் வெண்மையாக அழகாக தோன்றியது, இந்த பெண் காகமோ கருப்பாக இருந்தது. உடனே இந்த காகம் அந்த புறாக்களை போல மாற என்ன செய்யலாம் என ஆழ்ந்து சிந்தித்தது. அவ்வாரு ஒரு மரத்தில் அமர்ந்து சிந்தித்து கொண்டிருக்கும் போது, அருகாமையில் ஒரு வீட்டில் வெள்ளை அடித்து கொண்டிருந்தனர். அதை கண்ட காகம், வெள்ளை அடிப்பவர்கள் உணவு இடைவேளைக்கு சென்ற நேரத்தை பயன்படுத்தி, அந்த வெள்ளை பெயின்ட்டில் தன்னை நனைத்து கொண்டது.

பிறகு அது வெண்மை நிறமாக மாறிவிட்டது. உடனே அந்த புறாக்கள் கூட்டத்தை நோக்கி பறந்து சென்று, சந்தர்ப்ப சூழ் நிலை பார்த்து கூட்டத்தில் இணைந்து விட்டது. அங்கு இருந்த புறாக்கள் அவை அவை குடும்ப நபர்கள் மற்றும் நண்பர்களோடு இருந்தது. இந்த வெள்ளை காகம் மட்டும் கூட்டத்தில் ஒருவனாய் ஆனால் தனியாய் இருந்தது.

அந்த புறாக்கள் மனதில் இடம்பிடிக்க அவைகளுக்கு நிறைய பணிவிடை செய்தது. என்ன செய்தும் ஒரு பலனும் இல்லை. இந்த வெள்ளை காகத்தை வேலைகாரி போல நடத்தினார்களே தவிர மனதில் இடம் கொடுக்கவில்லை. சில நாட்கள் சென்றது வெள்ளை காகத்திற்கு யாரும் நண்பர்கள் கிடைக்கவில்லை, நீ யார் புதியதாக இருக்கிறாய். நீ யாருடைய பிள்ளை என வினவிய புறாக்களிடம், வெள்ளை காகம் முன்னுக்கு பின் முரண்பாடான தகவல்களை கூறவோ, எந்த புறாவும் அதனிடம் பழக முன்வரவில்லை.

வெள்ளை காகம் மிகவும் வருத்தமடைந்தது. தன் மாமியார் வீட்டில் ஒரு வேளையும் செய்யாமல் அவர்களை சரிவர மதிக்கமல் இருந்ததை நினைத்து வருந்தியது.

தன் கணவனிடம் மன்னிப்பு கேட்டு தன் மாமியார் வீட்டிற்கே சென்றது. மாமியாரை தன் தாய் போல நினைத்து பழகியது. மாமியார் காகமும் தன் மருமகள் மாறியதை நினைத்து மகிழ்ச்சி கொண்டது.

'தீதும் நன்றும் பிறர் தர வாரா'

என்பது போல நாம் ஒருவருக்கு செய்யும் நன்மையும், ஒருவருக்கு செய்யும் தீமையும் தான் நமக்கு பலனாக வந்து சேரும். இன்னும் அழகாக தெளிவாக கூற வேண்டுமானால் 'வினை விதைத்தவன் வினை அறுப்பான், தினை விதைத்தவன் தினை அறுப்பான்'. மாமியார் மருமகளிடம் எவ்வாறு நடந்து கொள்கிறாரோ, அவ்வாறு தான் மருமகளும் மாமியாரிடம் நடந்து கொள்வார். நல்ல எண்ணம் எப்பொழுதும் அவசியம்.

முள் இருக்கும் ஊமத்தங்காயாக இல்லாமல்
முள் இருக்கும் ரோஜாவாக இருந்தால்
பலரால் கவரப்படுவோம்!

10 - ஆயிரம் பேரை கொன்றவன் அரை வைத்தியன்!

தெரிந்த பொருள்:

ஆயிரம் நோயாளிகளை, தன் வைத்தியத்தின் போது, கொன்றவன் தான் அரை வைத்தியனாக இருப்பான்.

கூடுதல் விளக்கம்:

எவ்வளவு பெரிய மருத்துவராக இருந்தாலும், எல்லாம் அனுபவத்தில் கற்றுக்கொள்வது தான். அந்த கற்றுகொள்ளும் தருணத்தில் சரிவர சிகிச்சை பலனின்றி இறப்பு ஏற்படுவது சகஜம் தான்.

பார்வையின் மறுகோணம்:

ஆயிரம் வேரை கொண்டவன் அரை வைத்தியன் ஆவான்!

ஒரு வைத்தியனை நாடி நோயுற்றவர் செல்லும் பொழுது, அதற்கு சரிவர மருந்தினை அளிக்க வேண்டும். அந்த அளவிற்க்கு மூலிகை செடிகளை வைத்தியர் வைத்திருக்க வேண்டும்.

ஆயிரம் மூலிகை செடி வேர்களையாவது வைத்திருந்தால் மட்டுமே, நோய் என்று வருபவர்களுக்கு உகந்த மருந்தினை உடனடியாக தயாரித்து அளிக்க முடியும் ஒரு வைத்தியனால். அப்படி ஆயிரம் வேரை வைத்திருப்பவனையே அரை வைத்தியன் என்று தான் நம் முன்னோர்கள் கூறுகின்றனர்.

அப்படியானால் முழு வைத்தியன் எவ்வளவு மூலிகை வேர்களை வைத்திருக்க வேண்டும்?

ஆசிரியர் பார்வை:

கற்றுக்கொள்வதை

ஒருபோதும் நிறுத்தாதே,

காரணம்,

கற்றுத்தருவதை

வாழ்க்கை

எப்பொழுதும்

நிறுத்துவதில்லை.

'அனுபவமே சிறந்த ஆசான்' என்பதற்கு ஏற்ப எந்த ஒரு தொழிலிலும் செயலிலும் அனுபவம் என்பது ஒரு முக்கிய பங்காக இருக்கிறது. வாழ்க்கையில் வெற்றி என்ற இலக்கை அடைய அனுபவம் என்ற படிக்கட்டு தேவை என்பதை மறுக்க இயலாது.

உடனடியாக வெற்றியை அடைவது சிறிது சிரமம் தான். அப்படி எளிதில் உடனடியாக வெற்றி கிடைக்கிறது அல்லது கிடைத்து விட்டது என்றால், அது கண்டிப்பாக ஒரு தற்க்காலிக வெற்றியாக மட்டுமே இருக்க முடியும்.

பல முறை வீழ்ச்சி கண்டு, அதன் மூலம் பாடம் பயின்றவன் பெறும் வெற்றி, மிகப்பெரிய நிரந்தரமான வெற்றியாகவே அமையும்.

எந்த ஒரு சூழலிலும் நான் பெரியவன் நான் மட்டுமே பெரியவன், எனக்கு எல்லாம் தெரியும் எனக்கு மட்டுமே எல்லாம் தெரியும் என்ற எண்ணம் இருப்பவனுடைய வெற்றி தற்காலிகமாக தான் அமையும். எனவே எப்பொழுதும் நம் எண்ணம்,

'கற்றது கை மண் அளவு கல்லாதது உலகளவு' என்று யோசிக்க கூடியதாக இருக்க வேண்டும். அந்த எண்ணம் தான், நாம் நம் வாழ்க்கையில் நிறைய புதிய விடயக்களை கற்றுக்கொள்ள ஒரு அடிப்படையாக அமையும்.

'தன்னைத்தானே தாழ்த்தி கொள்பவன் உயர்த்தப்படுவான், தன்னைத்தானே உயர்த்தி கொள்பவன் தாழ்த்தபடுவான்'

என்று பைபிளில் குறிப்பிட்டுள்ளது பற்றி சற்று யோசித்து பார்த்தால் நமக்கு ஒரு தெளிவு கிடைக்கும்.

இந்த தலைப்பை விட்டு சற்று வெளியே வந்து யோசிக்கும் போது எதிர்மறை எண்ணமும் என்னுள் தோன்றுகிறது. மரம், செடி, கொடிகளும் ஒரு வகையில் உயிர் வாழ் உயிரினம் தான். அவற்றை கொன்று தான் நாம் மருத்துவத்திற்கு பயன் படுத்துகிறோம். அப்படியானால் அந்த தாவரங்களை அழிப்பது பாவம் தானே?.

எது எப்படியோ ஆனால் ஒன்று மட்டும் தெளிவாக விளங்குகிறது. ஒரு அழிவின் முடிவில் தான் எந்த ஒரு புதிய தொடக்கமும் நிகழ்கிறது. அவ்வகையில் அந்த வேர்களின் இறப்பில் தான் மனிதனின் உயிர் புதுபித்தல் நிகழ்கிறது.

அனுபவத்தோடு கூடிய வெற்றிக்கு பலம் அதிகம்

11 - பந்திக்கு முந்திக்கோ படைக்கு பிந்திக்கோ!

தெரிந்த பொருள்:

பந்திக்கு சாப்பிட போகும் போது யாருக்காகவும் தேவையில்லாமல் காத்திருப்பதை விட, முதலில் சென்று உண்டு விட வேண்டும். காத்திருந்தால் கிடைக்காமல் போகவும் வாய்ப்பு உள்ளது என்ற புரிதல் அடைப்படையாக பலர் எண்ணத்தில் உள்ளது.

மேலும், எதாவது சண்டை வருவது போல் இருந்தால் தேவை இல்லாமல் தலை இடாமல் ஒதுங்கி நிற்பதே சிறந்து என்றும் புரிதல் உள்ளது.

கூடுதல் விளக்கம்:

எந்த வேலைக்கு எங்கு சென்றாலும் உணவு அருந்துவதை தவிர்க்கவே கூடாது. உணவை முடித்து விட்டு பணியை தொடர வேண்டும். அரை ஜான் வயிற்றுக்குகாக தானே எல்லா உழைப்பும்...

பார்வையின் மறுகோணம்:

'பந்திக்கு முந்தி கை படைக்கு பிந்தி [பின்]
கை'

'பந்திக்கு முந்தி கை' என்பது உணவு அருந்தும் போது நாம் கையை முன்னால் வைத்து உணவை எடுத்து உண்ணுவதையும், 'படைக்கு பின் கை' என்பது போர் நிகழும் போது வில்லினை தொடுத்து எய்தும் போது, நாம் எவ்வளவு பின்னோக்கி இழுக்கிறோமோ அவ்வளவு வேகமாகவும் பலமாகவும் பாய்ந்து சென்று எதிரியை தாக்கும் என்பதையும் குறிப்பிடுகிறது.

ஆசிரியர் பார்வை:

உணவு அருந்தவும் கை தேவை படுகிறது, போர் புரியவும் கை தேவைப்படுகிறது. ஆகாமொத்தம் பந்திக்கும் படைக்கும் இரண்டுக்கும் தேவை நம் கை. நமது வாழ்விலே பல செயல்களை செய்ய நம் கரங்கள் இன்றியமையாத ஒன்றாக இருந்து வருகிறது.

கைகள் என்று ஒன்று இல்லையென்றால் என்ன நிகழும்?. நாம் எப்படி உணவருந்தி இருப்போம்? நாம் எப்படி குளித்திருப்போம்? எப்படி நம் சுயவேலைகளை செய்திருப்போம்? நினைத்துக்கூட பார்க்க முடியவில்லை.

ஒன்று இல்லையென்றால் அதற்கான மாற்றுவழி கண்டிப்பாக உருவாக்கப்பட்டு இருக்கும் அதையும் ஏற்றுக்கொள்ளதான் வேண்டும். கடவுள் கொடுத்துள்ள இந்த அற்புதமான கரங்களை அடுத்தவர்களுக்காகவும் பயன்படுத்துவோம்.

நம்முடைய சுய வேலைகளை மட்டும் பூர்த்தி செய்து கொள்ள இந்த கைகளை பயன்படுத்தாமல், அடுத்தவர்களுக்கு உதவிடவும் நமது கைகளை பயன் படுத்த அனைவரும் கடமை பட்டிருக்கிறோம். அவ்வாறாக நம் கரங்களை அடுத்தவர்களுக்காக நீட்டினால் அவர்களின் வளர்ச்சியில் நம் பங்கும் இருக்கும். நமக்கு ஒருவித நிம்மதியும் மகிழ்ச்சியும் கிடைக்கும். கொடுத்து வாழ்வதில் கிடைக்கும் மகிழ்ச்சி அளப்பறியது.

உண்ணவா?

உடுத்தவா?

உறங்கவா?

ஊடலா?

எழ, தவழ, தழுவ, கழுவ, நழுவ,

பிடிக்க, பிடுங்க, பிணைய,

அடிக்க, அரவணைக்க,

கட்ட, வெட்ட, ஆட்ட, ஓட்ட, தட்ட,

என அனைத்திற்கும் தேவை நம் கை. நம் தேவை பூர்த்தி செய்ய நம் கை எந்த அளவிற்கு பயன்படுத்துகிறோமோ, அந்த அளவிற்கு அடுத்தவர் தேவை பூர்த்தி செய்யவும் உதவவும் பயன்படுத்த வேண்டும். நம் கை நமக்கு தன்னம்பிக்கை தருகிறது. நம் கை தான் நமக்கு தும்பிக்கை. யானையின் மொத்த பலமே அதன் தும்பிக்கை தான். அதுபோல மனிதனின் மொத்த பலமே அவன் நம்பிக்கையில் தான். அந்த நம்பிக்கை நம் கரங்களின் மூலமும் கிடைக்கிறது.

கரங்களை கரை படுத்தாமல்
கரைபடுத்தி அடுத்தவரை காயப்படுத்தாமல்
காயபடுத்தி கலங்க படுத்தாமல்
கலங்க படுத்தி அவமானம் கொடுக்காமல்
தூய கரங்களாக வைத்து கொண்டு
உதவி என்ற உன்னத பணியை
உள்ள உவகையோடு செய்வோம்

12 - குரைக்கிற நாய் கடிக்காது!

தெரிந்த பொருள்:

நாம் செல்லும் போது யார் வீட்டிலோ அல்லது வழியிலோ, ஒரு சில நாய் நம்மை கவனித்து குரைக்க ஆரம்பித்து விடும். நமக்குள் பயம் இருக்க தான் செய்யும் ஆனாலும் மன தைரியத்தோடு ஆமாம் குரைக்கிற நாய் எங்க கடிக்க போகிறது என்று சொல்லுவதுண்டு.

பொதுவாக நாய் குரைத்தால் கடிக்காது, அமைதியாக இருக்கும் நாய் தான் கடிக்கும் என்ற நம்பிக்கை உள்ளது.

கூடுதல் விளக்கம்:

நாய் குரைக்கும் போது மட்டும் அப்படி சொல்லாமல், இதை மனிதரோடும் ஒப்பிட்டு பேசுகிறோம்.

அக்கம் பக்க வீட்டு சண்டை, குழா அடி சண்டை, உறவுகளுக்கு இடையே சண்டை இப்படி, சண்டை வாக்குவாதம் நிகழும் தருணங்களில் அதிகமாக வாய் பேச்சை வளர்ப்பவரை பார்த்து மேலும் கோவம் கொண்டு சண்டை வளராமல் தடுக்க, சமாதான முயற்சியாக அட 'குரைக்கிர நாய் கடிக்காது' நாய் ஏதோ மலைய பார்த்து குரைக்குது என்று நினைத்து விடுங்கள், எதற்கு நீங்க தேவை இல்லாமல் கோவம் கொள்கிறீர்கள் என சமாதானம் செய்வதை பார்த்திருப்போம்.

பார்வையின் மறுகோணம்:

குரைக்கிற நாய் கடிக்காது என்பதில், கடிக்காது என்பது சரி தான் நாய் என்பதும் சரி தான். எந்த வார்த்தை மருவி கருத்து மாறி இருக்கிறது என்று பார்த்தால், அது மிகவும் சிறிய மாற்றமாக தான் உள்ளது.

அது என்ன வார்த்தை? மீதமுள்ள அந்த ஒரு வார்த்தையான 'குரைக்கிற' என்பது தான்.

'குழைகிற நாய் கடிக்காது'

குழைதல், குழைவது என்பதற்கு பெரும்பாலும் பொருள் தெரிந்திருக்கும். குழைதல் என்பது ஒருவரிடம் கொஞ்சி விளையாடுவது. அப்படி கொஞ்சி விளையாடும் ஆர்வத்தில் உள்ள நாய், ஏன் கடிக்க போகிறது? அதை பார்த்து ஏன் அச்சம் கொள்ள வேண்டும்?.

அதை தான் 'குழைகிற நாய் கடிக்காது' என்று நம் பெரியவர்கள் கூறியதை, குரைக்கிற நாய் என்று மாற்றி விட்டோம்.

ஆசிரியர் பார்வை:

குழைதலும், கொஞ்சுதலும், கெஞ்சுதலும் நமக்கு நெருக்கமானவரிடம் நிகழ்ந்தே ஆக வேண்டும்.

கொஞ்சி பேசுவதும்

கெஞ்சி குழைவதும்

மிஞ்சி அக்கரை எடுப்பதும்

நெஞ்சி ஈரத்திலிருந்து

நெருக்கமானவரை நோக்கி வெளிவரும் அன்பாகும்

பஞ்சி போல் வாழ்வின் பிரச்சனை பறக்க

கொஞ்சி குழைவது அவசியமான ஒன்றாக தான் இருக்கிறது

இதை

அறிந்தவர் வாழ்க்கை அழகாகும்

புரிந்தவர் வாழ்க்கை பூரிப்பாகும்

வாழ்க்கையில் எப்பொழுதும் சீரிய மன நிலையில் மட்டுமே இருந்து விடாமல், கொஞ்சம் மகிழ்ச்சியான தருணங்களை நாம் தான் உருவாக்கி கொள்ள வேண்டும். ஏனென்றால் நம் வாழ்வில் மகிழ்ச்சியான தருணங்கள் எப்பொழும் வந்துகொண்டே இருக்காது.

துன்பமான தருணங்கள் வேண்டுமானால் வந்துகொண்டே இருக்கும். எனவே மகிழ்ச்சியான தருணங்கள் வரும் என காத்திருக்காமல், நாம் தான் உருவாக்கிகொள்ள வேண்டும். சின்ன சின்ன சந்தோஷங்கள் வாழ்வில் திரும்ப கிடைக்காது. கிடைக்கும் போது அனுபவித்துகொள்ள வேண்டும்.

நம் மேல் உரிமை கொண்டவர்கள் சில நேரங்களில் கோவமாக கத்திவிடுவர். அதில் ஏதும் பெரிய பின்புலம் இருக்காது. திட்டம் போட்டு அவமானபடுத்தவோ பழிவாங்கவோ அல்ல அவர்களின் கோவம், அது அந்த நொடியில் நம் மீது உள்ள அக்கறையில் வருவது.

அவர்கள் அவ்வளவு கோவபட்டு கத்தினாலும் நம் மீது கொண்ட அக்கறை எப்பொழுதும் அப்படியே தான் இருக்கும். இவர்களை கூட இந்த பழமொழிக்கு ஒப்பிடலாம் 'குரைக்கிர நாய் கடிக்காது என்று' உடனே அது எப்படி நீங்கள் நாய் என்று கூறலாம் என்றெல்லாம் என்மீது கோவபடாதீர்கள், சற்று ஒப்பிட்டு புரிதலை எளிமை படுத்தவே இவ்வாறாக கூறினேன்.

எது எப்படியாக இருந்தாலும் நான் கூறிய பொருள் உண்மையே. எனவே நம் மீது கொண்ட அக்கறையால் கோவமாக பேசுபவர்களிடம் நீங்களும் போட்டிக்கு கோவம் காட்டாதீர்கள். சற்று பணிந்து செல்லுங்கள் தவறில்லை. எல்லாம் நன்மைக்கே.

எவ்வளவு பெரிய துயரத்தில் இருந்தாலும் நமக்கு மிகவும் நெருக்கமானவர்கள், நம்மிடம் கொஞ்சம் குழைந்து பேசும் போது, அந்த நொடி பொழுதில் மனது சற்று லேசாக மாறும் என்பது மறுக்க முடியாத உண்மை.

பேச்சு

சிங்கத்தின் கர்ஜனை போன்றும்

புலியின் உறுமலை போன்றும் அல்லாமல்

குயிலின் கூவலை போலவும்

மயிலின் அகவலை போலவும்

கிளியின் கீச்சினை போலவும் இருக்க

உறவு மேம்பட்டு

பாசம் பரவபட்டு

வாழ்வு தோரணயாக அலங்கரிக்கப்படும்

13 - ஆயிரம் பொய் சொல்லி ஒரு கல்யாணம் பண்ணலாம்!

தெரிந்த பொருள்:

ஒரு திருமணம் நடக்க வேண்டும் என்றால் ஆயிரம் பொய்யாவது சொல்லி, திருமணத்தை நிகழ்த்தி முடித்து விட வேண்டும்.

கூடுதல் விளக்கம்:

திருமணம் மட்டுமல்லாமல் மற்ற சுப நிகழ்ச்சிகள் நடக்கும் பொழுதும் பல்வேறு பிரச்சனைகள், தடங்கல்கள் வரும் வாய்ப்பு அதிகம். அந்த சமயத்தில் முழு உண்மை பேசுவேன் என்று நின்றால், அவ்வளவு சிரம பட்டு உற்றார் உறவினரை வர வைத்து உள்ள நிகழ்வு தடை பட்டு போகும்.

அதன் மூலம் பண விரையம் மட்டும் அல்லாமல், மன கஷ்டம், மானத்துக்கு இழுக்கு என அனைத்து விதத்திலும் பாதிப்பு நிகழும். எனவே, இவற்றை தடுக்க பொய் சொல்லி சுப நிகழ்வை பூர்த்தி செய்வது தான் புத்தி கூர்மை.

பார்வையின் மறுகோணம்:

'ஆயிரம் பேருக்கு போய் சொல்லி ஒரு
திருமணம் செய்ய வேண்டும்'

'திருமணம் சொர்கத்தில் நிச்சயிக்க பட்டது', 'மனைவி அமைவதெல்லாம் இறைவன் கொடுத்த வரம்' என்று கூறுவதை கேள்விபட்டிருப்போம். அத்தகைய அற்புதமான அழகான அர்ப்பணிப்பான நிகழ்வை நடத்தும் போது, ஆயிரம் நபருக்கு நேரில் சென்று அழைப்பு விடுத்து, அனைவரின் முன்னிலையில் நிகழ்த்துவதன் சிறப்பே சிறப்பு.

ஆசிரியர் பார்வை:

திருமணம், இரு மனம் இணையும் நிகழ்வு. ஒரு புதிய நபரோடு ஏற்ப்படும் பந்தம், ஒரு புதிய நபரோடு தொடரும் புதிய பயணம். சிக்கல் இல்லாமல் பயணம் அமைய வேண்டும் என்பதே பலரின் எதிர்பார்ப்பு, பலரின் கனவு. அது எந்த அளவுக்கு சாத்தியம் ஆகிறது என்பது தான் கேள்வி குறி, முழுமை பெறாத பதிலும் கூட.

இந்த ஒரு பயணம் தான் பலரின் வாழ்க்கையை புரட்டி போட்டுகொண்டிருக்கிறது. பயணம் தொடர்வது தற்கால உலகில் சற்று சிரமமாகவே உள்ளது. பாதிக்கு பாதி பயணம் பாதியிலே தடை பட்டு போய் விடுகிறது, மிச்சம் இருப்பது தொடங்கும் போதே தடை பட்டு போய் விடுகிறது. ஏதோ ஒரு சில பயணம் தான் முழுமை அடைகிறது, முழுமையை நோக்கி சென்று கொண்டிருக்கிறது.

இந்த கால தம்பதியர்களையும், அவர்கள் வாழ்க்கை சூழல்களையும் வைத்து பார்க்கும் போது, ஆயிரம் பேருக்கு கண்டிப்பாக சென்று அழைப்பு விடுத்து தான் திருமணம் செய்ய வேண்டும் என்று தோன்றுகிறது. அப்படி ஆயிரம் பேரை அழைத்து திருமணம் செய்யும் போது கொஞ்சமாவது பயம், பொருப்பு, தன் வாழ்வில் இருக்கும். அது கொஞ்சம் சுமூகமான பயணத்தை உருவாக்கும்.

தும்பினால் கூட விவாகரத்து கேட்டு நீதிமன்றம் செல்லும் பயணம் அதிகம் உள்ளது. காதும் காதும் வச்சா மாறி திருமணம், காதும் காதும் வச்சா மாறி விவாகரத்து என இந்த பழக்கம் விரிவாக்க பட்டு கொண்டே இருக்கிறது.

இந்த சூழல் வந்து விட கூடாது என்று நினைத்து தான், இந்த சூழலை தவிர்க்க தான், ஆயிரம் பேருக்கு அழைப்பு விடுத்து, ஆயிரம் பேரை சாட்சியாக வைத்து இருவரை இணைத்து வைக்கிறார்களோ என தோன்றுகிறது. அப்பொழுதாவது பிரிவுகள் குறையும் என்ற எதிர்நோக்காக கூட இருக்கலாம்.

திருமண நிகழ்வை நன்றாக மக்கள் புடை சூழ நிகழ்த்துவது சாலச் சிறந்தது.

14 - நல்ல மாட்டுக்கு ஒரு சூடு!

தெரிந்த பொருள்:

மாடு தன் முதலாளிக்கு அடிபணிய ஒரு சூடு வைத்தால் போதும். அது பயத்தில் தன் முதலாளிக்கு பணிய ஆரம்பித்து விடும்.

கூடுதல் விளக்கம்:

ஒருவர் அடங்காமல் தான்தோன்றி தனமாக இருந்தால் அவரை சுட்டி காட்டி பேச நல்ல மாட்டிற்கே ஒரு சூடு வைத்தால் போதும் அது வழிக்கு வந்து விடும். ஆனால் ஆறு அறிவு கொண்ட நீ அடித்தாலும் திருந்துவதாய் தெரியவில்லை, திட்டினாலும் திருந்துவதாய் தெரியவில்லை என கூறுவதை பல முறை கேட்டிருப்போம்.

பார்வையின் மறுகோணம்:

'நல்ல மாட்டிற்க்கு ஒரு சுவடு'

நல்ல மாட்டிற்க்கு ஒரு சூடு என்பது முற்றிலும் மழுங்கிய பழமொழி. 'நல்ல மாட்டிற்க்கு ஒரு சுவடு' என்பது மாட்டின் பலத்தை குறிப்பிடுவதாகும். அப்பொழுதெல்லம் ஒரு மாட்டினை வாங்குவதற்கு செல்லும் பொழுது அதன் வயதை கணிக்க பல்லை பிடித்து பார்ப்பது வழக்கம். அதே போல் அதன் வலிமையை பற்றி அறிய மாட்டினுடைய கால் தடம் அதாவது சுவடு வைத்து அறிவர்.

மாடு நடக்கும் பொழுது அதன் கால் தடம் [சுவடு] மண்ணில் எவ்வளவு அழுத்தமாக ஆழமாக வலிமையாக பதிகிறது என்பதை வைத்து அதன் பலம் தெரிந்து கொள்வர். மற்றபடி சூடுக்கும் மாட்டிற்க்கும் எந்த ஒரு சம்மந்தமும் இல்லை.

ஆசிரியர் பார்வை:

தமிழனுக்கும் மாட்டிற்க்கும் மிக அதிக நெருங்கிய தொடர்பு உள்ளது. விவசாயம் கொண்ட ஒவ்வொருவருக்கும் மாடு என்பது தெய்வம். விவசாயத்தின் அடிப்படையே மாடு தான். தற்கால சூழலில் அனைத்தும் இயந்திரமயமாக்க பட்டு விட்டது.

ஆனால் அப்பொழுது மாடு தான் அனைத்தும். ஏர் உழ, ஏற்றம் இறைக்க, கதிர் அடிக்க, பயணம் செய்ய, பொருளை ஏற்றுமதி இறக்குமதி செய்ய என அனைத்திற்கும் பயன்படுத்தப் பட்டது. வீட்டில் ஒரு நபருக்கு கொடுக்கப்படும் முக்கியத்துவம் அதற்கும் கொடுக்கப் பட்டது.

பசு மாட்டின் மூலம் பால், அதிலிருந்து தயிர், நெய், வெண்ணெய் என எடுக்கப் பட்டு உணவு பொருளாகவும் பயன் படுத்தப் பட்டது.

மாடு தமிழனின் தெய்வம் என கொண்டாடுகிறோம், போராட்டங்கள் கூட புரிகிறோம், ஆனால் மெல்ல அழிந்துவரும் அதன் இனத்தை பாதுகாக்க எந்த ஒரு நடவடிக்கையும் எடுக்க முன்வரவில்லை.

போராட்டத்தால் மாட்டின் இனத்தை பாதுக்காக்க முடியுமா? இல்லை நிச்சயமாக முடியாது, மாறாக மாடு அல்லது கன்று ஒன்று பிடித்து வளர்ப்போம், அல்லது வளர்ப்பவர்களுக்கு ஊக்கமளிப்போம், ரசாயன குளிர்பானங்கள் குடிப்பதை தவிர்த்து பால், தயிர், மோர் அருந்தும் பழக்கத்தை கொண்டு வருவோம். இதனால் விவசாயிகளின் பொருளாதாரத்தை உயர்த்துவோம்.

மாற்றத்தை கொண்டுவரும் நபராக இருப்போம். 'நல்ல மாட்டிற்கு ஒரு சுவடு என்பது, எவ்வாறு அதன் வலிமையை நமக்கு உணர்த்துகிறதோ, அதேபோல் இன்னார் என்றால் இப்படி என்று சொல்லும் அளவுக்கு நம் தனித்துவத்தை வெளிப்படுத்துவோம். தனித்துவம் எதிர்மறையாக இருக்க கூடாது, மாறாக நல்ல பண்பை பற்றி குறிப்பிடுவனவாக இருக்க வேண்டும்.

நம்மை பார்த்து நம் பண்புகளை பார்த்து, இவரைப் போல இருக்க வேண்டும் என்று அடுத்தவர் கூற வேண்டும். மற்றவருக்கு எடுத்துகாட்டான ஒரு வாழ்வை வாழ்ந்து காட்டுவது, நம் பிறப்புக்கு ஒரு அர்த்தம் அளிக்கும்.

15 - முருங்கை நட்டவன் வெருங்கையனாய் போவான்! வீட்டின் முன் முருங்கை மரம் இருந்தால் குடும்பத்திற்கு ஆகாது.

தெரிந்த பொருள்:

முருங்கை மரம் நட்டால் அது வீட்டிற்கு மற்றும் குடும்பத்திற்கு ஆகாது. ஆகவே முருங்கை மரத்தை வீட்டிற்கு எதிரில் நட கூடாது என்பார்கள்.

கூடுதல் விளக்கம்:

முருங்கை மரம், கீரை மற்றும் முருங்கை காய் கொடுத்தாலும், இயற்க்கையாகவே அம்மரத்தில் குறிப்பிட்ட கால கட்டத்தில், கம்பளி பூச்சி அதிகம் உருவாகும் வாய்ப்பு உள்ளது. அப்படி உருவாகும் போது, மரம் வீட்டின் அருகில் இருக்கும் போது அவை உள்ளே நுழையும் வாய்ப்பு உண்டு.

கம்பளி பூச்சி நம் உடலிலோ அல்லது, குழந்தைகளின் உடலின் மேலோ பட்டால் அது தேவை இல்லாத அலர்ஜி மற்றும் உடல் உபாதைகளை உண்டாக்கும். எனவே வீட்டின் முன் முருங்கை மரம் வைக்க கூடாது என கூறுவார்கள்.

பார்வையின் மறுகோணம்:

'முருங்கை நட்டவன் வெருங்கையயனாய் போவான்'

முருங்கை மரம் என்பது அதிக அளவில் இரும்பு சத்தை உள்ளடக்கிய ஒரு மரமாகும். அதிலிருந்து கிடைக்கும் முருங்கை காய் முருங்கை கீரையில் அதிக இரும்பு சத்து உள்ளது. அதை நாம் உணவில் அவ்வப்போது சேர்த்து கொள்ளும் போது நமது உடலில் இரும்பு சத்து கூடுகிறது.

ஒரு மனிதனின் அடிப்படை நோய் எதிர்ப்பு திறன், அவர்களுடைய சரிவிகித இரும்பு சத்தின் அளவை கொண்டே அமைகிறது. ஆகவே வீட்டில் முருங்கை வளர்த்து அதன் கீரை மற்றும் காய் உண்டு வந்தால், நாம் ஆரோக்கியமாக நோய் நொடி இன்றி வாழலாம்.

அப்படி நோய் எதிர்ப்பு சக்தி கொண்டு, நோய் நொடி இன்றி வாழும் போது, இளமையில் இருப்பது போல வாழ முடியும்.

எனவே அவருக்கு முதுமையில் கை தடி தேவை படாது. அதைத் தான் 'முருங்கை நட்டவன் வெருங்கையனாய் போவான்' கையில் கை தடி இன்றி நடப்பான் என்று பெரியவர்கள் கூறியுள்ளனர்.

ஆசிரியர் பார்வை:

நம்மில் பலர் நோய் எதிர்ப்பு சக்தி பற்றி விழிப்புணர்வு கொண்டவர்களாக இருப்பதில்லை. அப்படி விழிப்புணர்வோடு இருந்தாலும் நடை முறையில் பின்பற்றுவது இல்லை. நம் இரத்தத்தில் உள்ள இரும்பு சத்தின் அளவு தான், நோய் எதிர்ப்பு சக்திக்கு அடிப்படையாக அமைகிறது. இதை ஆங்கிலத்தில் HB Level என்று குறிப்பிடுவார்கள்.

இரும்பு சத்து குறைபாடு இருப்பவர்களுக்கு இரத்த சோகை நோயின் பாதிப்பு இருக்கும். இதை அனிமியா குறைபாடு எனவும் கூறுவார்கள். இரத்தத்தில் உள்ள இரும்பு சத்தின் அளவை அறிய அனிமியா பரிசோதனை [டெஸ்ட்] செய்ய வேண்டும். அனைத்து அரசு மருத்துவமனையிலும் இந்த பரிசோதனை [டெஸ்ட்] செய்யப் படும்.

அனிமியா குறைபாடு உள்ளவர்கள் அதாவது இரத்த சோகை நோயின் தாக்கம் உள்ளவர்களுக்கு, தலை சுற்றல், மயக்கம், உடல் அசதி போன்றவை தான் அறிகுறிகள். இவர்களுக்கு எந்த நோயும் அழையா விருந்தாளி போல அடிக்கடி வந்து போகும்.

சராசரியாக ஒரு ஆணுக்கு இரும்பு சத்தின் அளவு 14 அல்லது அதற்கு மேல் இருந்தால் சிறப்பு, அதே போல் ஒரு பெண்ணிற்கு 12 அல்லது அதற்கு மேல் இருந்தால் சிறப்பு. ஆண்களை விட பெண்களுக்கு இரும்பு சத்து குறைபாடு பெரும்பாலும் இருக்க அதிக வாய்ப்பு உள்ளது. அது என்ன பெண்களுக்கு அதிக வாய்ப்பு என நினைக்க தோன்றும், அதற்கு காரணம் பெண்களின் இயற்கை உடல் மாற்றத்தின் ஒரு பங்கான, மாதவிடாய் சுழற்ச்சி மற்றும் நேரத்திற்கு உணவு சாப்பிடாமல் இருப்பது.

மாதவிடாய் சுழற்ச்சி காரணமாக பெண்களுக்கு இரத்த போக்கு [இரத்த இழப்பு] மாதத்திற்கு ஒரு முறை அவர் அவர் உடல் மாற்றத்திற்கு ஏற்ப நிகழ்வதால், அவர்கள் எளிதில் இரத்த சோகை குறைபாடு அடைந்து விடுகிறார்கள். மேலும் வீட்டில் உள்ள பெரும்பாலான வேலைகளை செய்ய நேரம் செலவிடுவதால், தனக்கான உணவருந்தும் நேரத்தை தவறி விடுகிறார்கள். நேரம் கடந்து உண்பது உடலில் பல மாற்றங்களை நிகழ்த்திவிடும்.

இந்த குறைபாடு வராமல் தவிர்ப்பது மிகவும் எளிது, எனவே இரும்பு சத்தின் அளவு தனது உடலில் குறைவாக உள்ளது என்று கண்டறியப்பட்டால் தேவை இல்லாமல் பதற்றம் கொள்ள வேண்டாம். மிகவும் எளிமையாக இரும்பு சத்தின் அளவை இரத்தத்தில் அதிகரிக்க முருங்கை கீரை, முருங்கை காயை உணவில் அவ்வப்போது சேர்த்து கொள்ள வேண்டும். கீரை ஒரு சிலருக்கு ஏற்றுக்கொள்ளாது, அப்படி இருக்கும் பட்சத்தில் கீரையை வேக வைத்து அந்த நீரை சூப் போல பருகலாம்.

முருங்கை நட்டு முதுமையிலும்
வெருங்கையனளாய் கைதடி இல்லாமல்
அனைவரும் நடக்க, என் வாழ்த்துகளை
தெரிவிக்கிறேன்.

16 - ஆசை 60 நாள் மோகம் 30 நாள்

தெரிந்த பொருள்:

புதியதாக திருமணம் ஆனவர்களை பார்த்து பயன்படுத்தும் வார்த்தைகள் இவை. திருமணம் ஆன ஆரம்ப நாட்களில், கணவன் தன் மனைவி பின்னும், மனைவி தன் கணவன் பின்னும் பாசமாக சுற்றி வருவதை பார்த்து இப்படி கூறுவார்கள்.

கூடுதல் விளக்கம்:

புதுமண தம்பதிகள் மிகவும் நெருக்கமாக காணப்படுவர். ஆசை மற்றும் மோகம் என்ற வார்த்தைகள் காமத்தை சுட்டி காட்டுகிறது. கணவன் மற்றும் மனைவி இவருக்குள்ளான ஊடல் ஆசை அறுவது நாளுக்கும், ஊடல் மீது உள்ள மோகம் முப்பது நாளுக்கும் தான் இருக்கும்.

ஆசையும் மோகமும் தீர்ந்த உடன் முன்னுக்கு பின் முரண்பாடான வாழ்க்கை தொடர நேரிடும். ஆனால் அந்த 60 மற்றும் 30 நாட்களில் தம்பதிகள் அதிக அளவில் கோபம் கொள்ளாமல் ஒருவரை ஒருவர் விட்டு கொடுத்து வாழ்வர். பிறகு பழைய குருடி கதவ தெறடி என்பது போல தான்.

பார்வையின் மறுகோணம்:

'ஆசை 60 நாள் மோகம் 30 நாள்'

இது புதுமண தம்பதிகளின் காம ஆசையை சுட்டி காட்ட மட்டுமே பெரிதும் பயன் படுத்த படுகிறது. ஆனால் அதற்க்காக மட்டும் அல்லாமல், பொதுவாக மனிதனின் ஆசையை சுட்டி காட்டும் பழமொழி இது.

அந்த ஆசை எதன் மீது கொண்ட ஆசையாக வேண்டுமானாலும் இருக்கலாம். அது ஆண் பெண் மீது கொண்ட ஆசையாக இருக்கலாம், பெண் ஆண் மீது கொண்ட ஆசையாக இருக்கலாம், மனிதன் பொருள் மீது கொண்ட ஆசையாகவும் இருக்கலாம்.

எந்த ஒரு ஆசையும் நிரந்தரமல்ல ஒரு சூழலில் மழுங்க கூடியது தான். ஒரு புதிய பொருளை பார்த்ததும் ஆசை வரும், வாங்கி பயன் படுத்துவோம், ஆனால் அதை விட அழகாக வேறு பொருளை பார்த்தால், அந்த பொருளை வாங்கி பயன் படுத்த ஆரம்பிப்போம்.

இப்படி ஆசை நிலையாக இல்லாமல் சிறிது காலம் தள்ளி குறைந்து விடும். இது தான் எதார்த்தம். ஆசைக்கும் பாசத்திற்க்கும் வித்தியாசம் உண்டு. ஆசை மழுங்கும் ஆனால் பாசம் மழுங்காது. ஆசையை பாசத்தோடு சேர்த்து பார்க்க கூடாது ஆனால் பாசத்தை ஆசையோடு சேர்த்து பார்க்கலாம்.

ஆசிரியர் பார்வை:

ஒரு குழந்தை ஒரு பொம்மை வேண்டும் என்று அடம் பிடித்து அழுது ஆர்ப்பாட்டம் செய்து, தன் பெற்றோரை வற்ப்புறுத்தி வாங்குவதை, எல்லோரும் எதோ ஒரு சூழலில் பார்த்திருப்போம். வாங்கிய உடன் அந்த குழந்தைக்கு ஏதோ பெரிய காரியத்தை சாதித்தது போல் தோன்றும் ஆனந்தம் கொள்ளும்.

ஆனால், அது முடிந்து விடாது. அந்த திருப்த்தி அடுத்த பொம்பை அந்த குழந்தையை கவர்ந்து இழுக்காத வரை தான். எப்பொழுது அடுத்த பொம்மை அந்த குழந்தையின் கண்களை கவர்கிறதோ அப்பொழுது ஏற்கனவே வாங்கியிருந்த பொம்மையின் மீது கொண்ட ஆசை மறைந்து விடும்.

இவ்வாறு ஆசை ஆளுக்கு ஆள், இடத்திற்கு இடம், நேரத்திற்கு நேரம், பொருளுக்கு பொருள் என்று மாறிக் கொண்டே இருக்கும்.

'மனித மனம் ஒரு குரங்கு' என சும்மாவா சொன்னார்கள். மனிதனின் எண்ணமும் ஆசையும் மாறிக்கொண்டே இருக்கும். ஒரே எண்ணத்தோடோ அல்லது ஒரே ஆசையோடோ, மனிதன் திருப்தி நிலை அடைந்து விடுவது இல்லை.

நடந்து செல்பவன் மிதி வண்டிக்கு ஆசை படுவதும்

மிதி வண்டியில் செல்பவன் ஸ்க்கூட்டரை ஓட்ட ஆசை படுவதும்

ஸ்க்கூட்டரில் செல்பவன் மகிழுந்தை இயக்க ஆசை படுவதும்

மகிழுந்தில் செல்பவன் விமானத்தில் பறக்க ஆசை படுவதும்

மனிதனின் எதார்த்தமான சிந்தனை மற்றும் எதிர் பார்ப்பு தான்

மனிதனின் ஆசைக்கு முடிவே இல்லை என்று பல தத்துவ மேதைகள் குறிப்பிட்டுள்ளனர்.

'ஆசையே துன்பத்திற்கு காரணம்' என்று புத்தர் குறிப்பிட்டுள்ளார். ஆனால் ஆசை யாரை தான் விட்டது? மனிதன் தன் ஆசையை மறந்து நன் வாழ்வை மேற்கொள்ள வேண்டும் என்று நினைத்ததே புத்தரின் ஆசை தானே! அதுவும் அளவுக்கு மீறி ஆசை கொண்டால் அது பேராசை என்று தானே அர்த்தம். அப்படியானால் புத்தரின் ஆசை பேராசை தானே?

என்னை பொருத்தமட்டில் ஒரு வேளை ஆசை என்று ஒன்று இல்லாவிட்டால், முன்னேற்றம் என்று ஒன்று இல்லாமல் போய்விடும் மனித வாழ்வில். அது எப்படி என நினைக்கிறீர்களா? கூறுகிறேன் கேளுங்கள், எடுத்துக்காட்டாக ஒரு மனிதன் சம்பாதிக்க வேண்டும் என ஆசைப்பட்டால் தான், வேளைக்கு செல்வான் இது போல் நாம் எதை செய்ய வேண்டும் என்றாலும் அதன் மீது ஆசை பட வேண்டும்.

இருப்பதே போதும் 'போதும் என்ற மனமே பொன்செய்யும் மருந்து' என்றெல்லாம் நினைத்து, இருப்பதை வைத்து வாழ்ந்து விடலாம் என்று நினைத்து விட்டால், ஒரு பில்கேட்ஸ் நமக்கு கிடைத்திருப்பாரா? சாதாரன பேருந்து நடத்துனர் தமிழ் திரை உலக சூப்பர் ஸ்டாராக மாறி இருக்க முடியுமா? எனவே என்னை பொருத்தவரையில் ஆசையே முன்னேற்றத்திற்கான முதல்படி.

'அளவுக்கு மீறினால் அமிர்தமும் நஞ்சு' என்ற பழமொழிக்கு ஏற்ப ஆசை முன்னேற்றத்திற்கான படிக்கட்டாக இருந்தாலும், எதுவும் அளவாக இருக்க வேண்டும் என்பதையும் ஏறுக்கொள்ள தான் வேண்டும். ஒருவர் வளர்சி பாதையை நோக்கி செல்ல செல்ல அவருக்கு பொறுப்புகள் அதிகம் ஆகி கொண்டே இருக்கும். அதையும் மனதில் வைத்து செயல்பட வேண்டும்.

எந்த மனிதனும் தன் ஆசையை விட மாட்டான், விடவும் முடியாது என்று எல்லோருக்கும் தெரியும். ஆசையை விட முடியவில்லை என்றாலும் கட்டுப்பாட்டிற்குள் வைத்து கொள்ளுதல் நன்மை பயக்கும். அடுத்தவருக்கு துன்பம் ஏற்படுத்தாதவரை எதுவும் சிறந்த செயல் தான்.

நம் ஆசையும் அதுபோல் அடுத்தவருக்கு துன்பத்தை ஏற்படுத்த கூடாது, அடுத்தவரின் வாழ்க்கையை கெடுக்க கூடாது. ஒருவரின் அழிவில் நம் வளர்ச்சி இருக்குமே ஆனால் அதை விட பெரிய தவறு ஏதும் இல்லை என்றுதான் நான் கூறுவேன்.

ஆசை பட்டது கிடைக்க வேண்டும் என
நினைப்பதை விட,
தேவையானது கிடைக்க வேண்டும் என
ஆசைப்படு.

17 - அர்பனுக்கு வாழ்வு வந்தால் அர்த்த ராத்திரியிலும் குடை பிடிப்பான்

தெரிந்த பொருள்:

ஒன்றும் இல்லாதவனுக்கு செல்வ செழிப்பு திடீரென கிடைத்தால், இரவில் கூட குடை பிடிப்பான். பொதுவாக பணக்காரர்கள் வெளியில் செல்லும் போது குடை பிடிப்பது வழக்கம். அது வெயிலுக்காக ஆனால் திடீர் பணக்காரன் இரவிலும் சரி, வீட்டிற்குள்ளும் சரி குடை பிடிப்பானாம், நான் பணக்காரன் என தற்ப்பெருமை காட்டிக்கொள்ளவே அப்படி செய்வார்கள்.

கூடுதல் விளக்கம்:

திடீரென தகுதிக்கு மீறிய செல்வமோ பதவியோ பொருளோ கிடைக்கும் பட்சத்தில், அடுத்தவரை ஏளனமாக பார்ப்பது, பந்தா செய்து கொள்வது, இப்படி இருப்பவரை பார்த்து, அர்பனுக்கு வாழ்வு வந்தால் அர்த்த ராத்திரியிலும் குடை பிடிப்பான் என கூறுவார்கள்.

பார்வையின் மறுகோணம்:

'அர்ப்பணித்து வாழ்ந்து வந்தால், அர்த்த
ராத்திரியிலும் கொடை கொடுப்பான்'

தன்னுடைய வாழ்வை அடுத்தவருக்காக அர்ப்பணித்து வாழ்பவர்கள், எந்த நேரத்திலும், இடத்திலும், சூழலிலும் அடுத்தவருக்கு தன்னால் முயன்ற உதவியை செய்வர்.

ஆசிரியர் பார்வை:

ஒரு ஊரிலே இரண்டு கொடை வள்ளல் வாழ்ந்து வந்தனர். அதில் ஒருவன் தனக்கே எல்லா புகழும் கிடைக்க வேண்டும் என்ற எண்ணத்தில் பிறருக்கு உதவியை செய்து வந்தான். ஆனால் இன்னொருவன் மனமாற எந்த எதிர் பார்ப்பும் இன்றி உதவி செய்து வந்தான்.

இவர்களில் யார் உண்மையான கொடை வள்ளல் என்பதை அறிய கடவுள் ஒரு நாடகத்தை அரங்கேற்றினார். திடீரென அடை மழையை உருவாக்கினார் கடவுள். மேலும் ஊர் பெரியவர்களை அனுப்பி வைத்தார். அவர்கள் அந்த கொடை வள்ளல் வீட்டிற்கு சென்று ஐயா எனது வீட்டில் ஒரு இறப்பு நேரிட்டு விட்டது. அவரை தகனம் செய்ய வேண்டும் என கூறினர்.

அதற்கு அந்த கொடை வள்ளல் நான் என்ன செய்ய வேண்டும் என கேட்க, அதற்கு வந்திருந்தவர்கள், இறந்தவர் தனது கடைசி ஆசையாக, நான் இறந்தால் என்னை சந்தன கட்டை கொண்டு தான் தகனம் செய்ய வேண்டும் என கூறி இறந்தார். அதை நிறைவேற்ற தாங்கள் தான் உதவ வேண்டும் என கூறினர்.

அதற்கு அவர் சரி இப்பொழுது என் கையில் சந்தன கட்டை ஏதும் இல்லை, சற்று பொருங்கள் நான் ஏற்ப்பாடு செய்து தருகிறேன் என கூறி தன் வேளை ஆட்களை அனுப்பி வைத்தான். எப்படியாவது சந்தன கட்டையோடு வாருங்கள் என உத்தரவு போட்டு அனுப்பினான்.

கொட்டும் மழையில் வேளையாட்கள் சந்தன கட்டைக்காக தேடி அலைந்தனர், எங்கும் கிடைக்க வில்லை. திரும்ப வந்து, முதலாளி ஐயா நாங்கள் அனைத்து இடத்திலும் விசாரித்தோம், தற்போது சந்தன கட்டை எங்கும் கிடைக்க வில்லை என கூறினர். வள்ளல் மிகவும் வருத்தம் தெரிவித்து, என்னை மன்னிக்கவும் இறந்தவருடைய கடைசி ஆசையை நிறைவேற்ற இயல முடியவில்லை என கூறினார்.

வந்திருந்தவர்கள் அவரிடம் விடை பெற்று, சரி ஐயா பரவாயில்லை உங்கள் முயற்சிக்கு நன்றி. நாங்கள் சென்று மற்றொரு கொடை வள்ளலிடம் கேட்டு பார்க்கிறோம் என கூற, நான் தான் அனைத்து இடத்திலும் என வேளை ஆட்களை வைத்து தேடி விட்டேனே, பிறகு எவ்வாறு அவர் உங்களுக்கு உதவ முடியும் என கேட்டு, சரி உங்கள் விருப்பம், போய் கேளுங்கள் என மனதிற்க்குள் கிண்டலாக நினைத்து கூறினார்.

இதே நபர்கள் அந்த கொடை வள்ளலிடம் சென்று இறந்தவரின் கடைசி ஆசையை கூறினர். அவரும் தன் வேளை ஆட்களை அனுப்பி விசாரிக்க செய்தார். இந்த கொடை வள்ளல் அந்த கொடை வள்ளலை நகையோடு பார்த்தார். நான் ஏற்க்கனவே முயற்ச்சித்தேன், நீ மட்டும் எப்படி உதவ முடியும் என எண்ணி சிரித்து கொண்டு நடப்பதை வேடிக்கை பார்த்தார்.

வீடு திரும்பிய வேளை ஆட்கள் ஐயா எங்கு தேடியும் கிடைக்கவில்லை என்று கூறினர். உடனே வள்ளல் வேளை ஆட்களை பார்த்து, கோடாரி கொண்டு வாருங்கள் என கூறினார், யாருக்கும் ஒன்றும் புரியவில்லை. கோடாரி கைக்கு வந்ததும் தன் வீட்டு தூண்களை வெட்டி இந்தாருங்கள், இந்த சந்தன கட்டை போதுமானது இதை கொண்டு தகனம் செய்யுங்கள் என அனுப்பி வைத்தார்.

இதை பார்த்த அந்த கொடை வள்ளல் வெட்கி போனார். அவர் வீட்டிலும் தூண்கள் சந்தன மரத்தால் ஆனவை தான். ஆனால் அவருக்கு அந்த எண்ணம் தோன்றவில்லை. தன் வாழ்வை அர்ப்பணித்து வாழ்பவன், முழு மனதோடு உதவி செய்ய நினைப்பவன், எந்த நேரத்திலும் எந்த சூழலிலும் உதவி செய்வான்.

'வலக்கை கொடுப்பது இடக்கைக்கு தெரிய கூடாது' என பைபிள் கூறுகிறது. உதவி என்பது மன உவகையோடு செய்ய வேண்டியது, ஊர் பார்க்க பெருமைக்காக செய்வது அல்ல.

'அர்ப்பணித்து வாழ்ந்து வந்தால், அர்த்த ராத்திரியிலும் கொடை கொடுப்பர்'

18 - அடி உதவுவது போல அண்ணன் தம்பி கூட உதவ மாட்டான்

தெரிந்த பொருள்:

சில நேரங்களில் வாய் பேசுவதை விட கை பேசுவது பலனளிக்கும். பிரச்சனையை முடித்து வைக்க சில நேரங்களில் ஒரு அடி வைத்தால் தான், பயத்தில் பிரச்சனை முடியும்.

கூடுதல் விளக்கம்:

சில சமயங்களில் பிரச்சனைகள் வரும் போது அண்ணன் தம்பி கூட வந்து உதவ மாட்டார்கள். அவர்களை நம்புவதை விட நம்மை நாமே நம்பி, தைரியத்தை வர வைத்து பிரச்சனைக்கு காரணமானவர்களை ஒரு அடி போட்டால் எல்லாம் சரி ஆகி விடும்.

பார்வையின் மறுகோணம்:

இந்த பழமொழியில் 'அடி' என்ற வார்த்தை அடிப்பதை குறிக்கவில்லை மாறாக, இறைவனின் திருவடியை குறிக்கிறது.

அப்பா, அம்மா, அண்ணன், தம்பி, அக்கா, தங்கை, மாமன், மாமி, சித்தப்பா, சித்தி, பெரியம்மா, பெரியப்பா, மாமனார், மாமியார் என எவ்வளவு உறவு இருந்தாலும் அவர்கள் அனைவரும் நம் துன்ப துயர காலத்தில் இருப்பார்களா என்பது கேள்வி குறி தான். ஆனால் இறைவனை நம்புவோரை அவர் என்றும் கை விட மாட்டார்.

ஆசிரியர் பார்வை:

வாழ்க்கை எனும் ஆறு

ஓடும் ஓட்டத்தில்,

உறவு என்ற நீரில்,

உயிரணமாய் இருக்கும்

உறவுகள் அனைத்தும்,

நீர் உள்ள வரை தான்.

ஒன்று உயிரினம் நீர் சென்றடையும்

கடலில் சென்று சங்கமிக்க வேண்டும்

அல்லது

ஆற்றிலேயே இருந்து விடலாம்

என எண்ணும் உயிரினம்

நீர் வற்றியதும் மாய்ந்து போக

வேண்டிய கட்டாயம் தான்.

அதுவும் இக்கால ஆறுகளின் நிலைலயை
நாம் அறிவோம் அல்லவா?
நீர் செல்வதும் அறிது
செல்லும் நீர் நீடித்து நிலைத்து இருப்பதும்
அறிது
இதை பலர் ஏற்கனவே உணர்ந்து விட்டனர்.

என்றும் நீடித்து நிலைத்து இருப்பது நம்மை படைத்த ஆண்டவனின் ஆசியும் அருளும் தான். அவனுடைய அடியே இறுதியில் நிலையானது, அவனுடைய உறவே நிலையானது. இறைவனை வெறும் கல்லாக பார்ப்பவரும் உண்டு, கல்லினுள் உயிருள்ள கடவுள் வாழ்ந்து வருகிறார் என நம்புவோரும் உண்டு. இது நபருக்கு நபர் மாறுபடும் கருத்து.

கோவிலில் உள்ள சாமிக்கு உயிருள்ளது என்றால் 'கடவுள் தூணிலும் இருப்பார் துரும்பிலும் இருப்பார்' என்ற கூற்று பொய்யோ எனவும் யோசிக்கதான் தோன்றுகிறது. அப்படி கடவுள் அனைத்து இடத்திலும் இருந்தால் ஏன் கோவிலுக்கு செல்ல வேண்டும்? இப்படியும் எண்ணங்கள் தோன்றதான் செய்கிறது. ஆனால் எப்படி பட்டவரும் ஏதோ ஒரு சூழ்நிலையில் கடவுளை நம்ப தான் செய்கின்றனர்.

கோவிலுக்கு சென்று சாமியிடம் வேண்டியது நடந்து விட்டது, பலித்துவிட்டு என்று சிலர் கூறுவதையும் நாம் பார்க்கிறோம்.

அது பொய்யா? உண்மையா?, பொய்யாக இருக்காது என எனக்கு தொன்றுகிறது, உண்மையாக தான் இருக்கும். எப்படி கூறுகிறேன் என்றால் 'எண்ணம் போல் வாழ்க்கை' என்ற வரிகள் மேலும் இயேசுகிறிஸ்த்து பைபிளில் கூறியுள்ள ஒரு வரி நினைவுக்கு வருகிறது 'உன் நம்பிக்கை உன்னை குணப்படுத்தியது'.

இதுபோன்ற வரிகள் நமக்கு ஒன்றை தெளிவு படுத்துகிறது. நாம் எதை ஆழமாக நம்புகிறோமோ, நடக்கும் என ஆழ்மனதில் எண்ணுகிறோமோ அது கண்டிப்பாக நடக்கும். பொதுவாக இதுபோன்ற உருக்கமான எண்ணங்கள் பலருக்கு கோவிலுக்கு செல்லும் போது தான் வரும். ஆகவே அங்கே அவர்கள் மேற்கொண்ட மிகவும் ஆழமான நம்பிக்கை அவர்களை வந்தடைந்தது.

அதுபோல, கோவிலில் பல ரகசியங்களும் உண்டு. பொதுவாக கோவிலுக்கு செல்பவர்கள் எவ்வளவு தீய எண்ணம் கொண்டவர்களாக இருந்தாலும் அந்த இடத்தில் நேர்மறை சிந்தனையோடு மாறிவிடுவார்கள். ஆகவே கோவில் என்ற இடத்தில் நேர்மறை சிந்தனை ஓங்கி நிற்கும். அந்த நேர்மறை சிந்தனைக்கு சக்தி அதிகம், இதில் அறிவியலும் உண்டு பொது நம்பிக்கையும் உண்டு.

இந்த நேர்மறை சிந்தனைகள் ஒன்று கூடும்போது ஏற்படும் கந்தக மின்சார விசை ஒருவித அதிர்வலைகளை ஏற்படுத்துகிறது. இந்த அதிர்வலைகள் கோவிலில் மட்டும் அல்ல நேர்மறை சிந்தனை எங்கு எல்லாம் உள்ளதோ அங்கே ஏற்படும். இன்னொரு தகவலும் சொல்ல கடமை பட்டிருக்கிறேன், இந்த அதிர்வலைகள் நேர்மறை சிந்தனைக்கு மட்டும் அல்ல எதிர்மறை சிந்தனைக்கும் தான் ஏற்படும்.

அதை வைத்து தான் பில்லி சூனியம் எனப்படும் தவறான செயல்கள் நிகழும். அதைபற்றி விரிவாக ஒரு புத்தகம் விரைவில் எழுத உள்ளேன் அதில் தெரிந்துகொள்ளுங்கள்.

பலமான நேர்மறை சிந்தனைகள் ஒன்றுசேர்ந்துள்ள கோவிலில் அதற்கு இன்னும் பலம் சேர்க்கும் வகையில் கோவிலில் உள்ள சில ரகசியங்கள் சக்தி ஊட்டுகிறது, அது என்ன ரகசியம் நானும் சொல்லிகொண்டே இருக்கிறேன்? அது எளிமையான ஒன்றுதான், கோவில்கள் கட்டபட்டிருக்கும் அமைப்புகள், கோவிலில் உள்ள சாமி சிலை செய்யபட்ட கல்லின் தன்மை, நவபுஷ்பங்கள், நவபாசனங்கள், அபிஷேக முறைகள், அபிஷேகத்திற்க்கு பயன் படுத்தபடும் பொருட்கள் இப்படி எல்லாம் குறிப்பிட்ட தெய்வீக தன்மையை அங்கு உருவாக்குகிறது.

அறிவியல் படி கூறவேன்டும் என்றால் கந்தக அதிர்வலைகள், பிரபஞ்ச சக்தியின் அதிர்வலைகள் என கூறலாம்.

சரி நாம் நம் பழமொழியின் பொருள்கொண்டு இத்தலைப்பின் இறுதிக்கு நகர்வோம். மாசற்ற கல்லம் கபடற்ற இறைவனின் திருவடியை நாடுவோருக்கு, அவன் அன்பு என்றும் உடனிருக்கும், தூய்மை அன்பை அவன் மீது நாம் காட்டினால். எண்ணம்போல் வாழ்க்கை, உன் நம்பிக்கை உன்னை குணப்படுத்தும்.

19 - ஊரான் பிள்ளையை ஊட்டி வளர்த்தால் தன் பிள்ளை தானே வளரும்!

தெரிந்த பொருள்:

தன் பிள்ளைக்கு மட்டும் சிற்றுண்டி வாங்கி கொடுத்து பள்ளிக்கு அனுப்புவது, பிள்ளைகள் குழுவாக விளையாடும் போது தன் குழந்தைக்கு மட்டும் தேவையானதை கொடுப்பது என இருக்காமல், அடுத்த குழந்தைகளுக்கும் முடிந்த அளவுக்கு பகிர வேண்டும். அவ்வாறு செய்யும் போது அதன் பலன் நிச்சயமாக நம் குழந்தைகளுக்கு வந்தடையும்.

கூடுதல் விளக்கம்:

அடுத்தவருக்கு கொடுத்து உதவினால் அதன் தர்மம், நம் பிள்ளைகளுக்கு புண்ணியமாக வந்து காக்கும். 'தர்மம் தலை காக்கும்' என்பது போல தான் இதுவும்.

பார்வையின் மறுகோணம்:

தன் பிள்ளையை மட்டும் கவனித்து கொள்ளாமல், பக்கத்து வீட்டு பிள்ளைகள் மற்றும் ஏழை பிள்ளைகளுக்கும் தன்னால் இயன்ற உதவியை செய்து வந்தால் நம் பிள்ளைக்கு நன்மை பயக்கும், என்ற உண்மையை மட்டுமே பெரிதும், இந்த பழ மொழியின் விளக்கமாக எண்ணி, நடைமுறையில் உபயோகித்து வருகிறோம்.

ஆனால், அதன் உண்மையான பொருள் என்னவென்றால், 'ஊரான் பிள்ளை' என்று குறிப்பிட படுவது, மனைவி ஆவாள். மனைவி என்பவள் அடுத்தவருடைய பிள்ளை, அதை தான் ஊரான் பிள்ளை என்று குறிப்பிட்டனர்.

அந்த ஊரான் மகள், தனது வயிற்றில் அமைய பெற்ற கருவறையில், கணவன் வழியாக ஒரு புதிய உயிரை தாங்கி, அதற்கு உயிரோடு இணைந்து உடலை வளர்க்கும், அந்த பத்து மாத காலத்தில், அவளை பாராட்டி சீராட்டி சிறப்பான வளமான உண்டி கொடுத்து, கருத்தாய் பார்த்து கொண்டால், ஊரான் பிள்ளை கருவில் உள்ள குழந்தை ஆரோக்கியமாகவும் வளமாகவும் வளரும். கருவில் உள்ள குழந்தை கணவனின் குழந்தை தானே! அது தான் 'தன் பிள்ளை தானே வளரும்' என்பதை குறிக்கிறது.

ஆசிரியர் பார்வை:

மனைவி அமைவதெல்லாம் இறைவன் கொடுத்த வரம்!

ஒவ்வொரு கணவனும் மனைவியை கரம் பிடிக்கும் போது, காலம் முழுக்க கண் கலங்காமல் வைத்து கொள்வேன் என்று எதோ ஒரு வகையில் சத்தியம் மேற்கொள்கின்றனர். கண் கலங்காமல் என்ற வார்த்தையை தெரிந்து சொன்னார்களோ அல்லது சாடி பேச கூறினார்களோ தெரியவில்லை.

அந்த வார்த்தைக்கு எதிர் மறையாக தான் நிறைய பெண்களுக்கு வாழ்க்கை மாறிவிடுகிறது. கண் கலங்காமல் என்ற வார்த்தை வெறும் வார்த்தையாக மட்டுமே பெண்களின் வாழ்வில் மெளனம் காக்கிறது. உண்மையில் பல பெண்கள், மனதில் கவலையை மறைத்து பொய்யான மகிழ்ச்சியுடன் வெளியில் வாழ்க்கையை நகர்த்துகின்றனர்.

ஒரு பெண்ணால் மட்டுமே ஒரு குழந்தையை இந்த பூவுலகிற்க்கு அன்பளிப்பாக தர இயலும். செயற்கை முறையில் கூட குழந்தையை பெற்றுக்கொள்ள முடியும் என சிலர் விவாதிக்கலாம், ஆனால் இயற்க்கையில் இறைவனின் அருளில் அந்த வரம் பெண்ணிற்க்கு மட்டுமே சொந்தமான ஒன்று.

மனைவியை காலம் முழுவதும் கவலை இல்லாமல் பார்த்துகொள்ளும் கணவர்கள் வெகு சில.

ஆனால் மனைவி தன் பிள்ளையை சுமக்கும் போது, அவளின் பேருவகை காலத்தில் பெரு உவகையோடு கவனித்துக்கொள்ளும் கணவர்கள் அதிகம் தான். அந்த சூழலிலும் மனைவியை கண்டு கொள்ளாமல் அவளின் கண்களில் ஈரத்தை ஆற விடாமல் வைத்துக்கொள்ளும் ஈன பிறவிகள் சிலவும் உள்ளன.

ஊரான் பிள்ளையை மகப்பேறு காலத்தில் சத்துள்ள உணவை மட்டும் ஊட்டி வளர்க்காமல், அன்பு, பாசம், அக்கறை அனைத்தையும் அவளுக்கு சேர்த்து கொடுத்தால், அது தான் முழுமை.

குழந்தை பிறந்த உடன் அதை அப்படி பார்த்து கொள்வேன் இப்படி பார்த்து கொள்வேன், அதை கற்று தருவேன் இதை கற்று தருவேன் என்று நம்மில் பலர் கூறுகிறோம்.

குழந்தை பிறந்த பின் குழந்தைக்கு ஒரு பழக்கத்தை கற்று தருவதை விட, குழந்தை தாயின் கருவறையில் உள்ள போது, கருவை தாங்குபவளை பார்த்து கொள்ளும் விதமும், அவளின் மன நிலையுமே குழந்தையின் குணத்தை வடிவமைக்கும்.

நல்ல ஆரோக்கியமான மன நிலையை மனைவிக்கு உருவாக்கினால், குழந்தை பிறந்த பிறகு நாம் கற்பிக்கவில்லை என்றாலும் அது தன் குணத்தில் சிறந்து தான் நிற்கும்.

ஒரு மனிதனுக்கு அவனுடைய குணம் மிக முக்கியம், குணத்தை அடிப்படையாக வைத்து தான் அனைத்தும் தீர்மானிக்க படுகின்றன. குழந்தையின் குணத்தை பிறந்த பிறகு கற்று கொடுத்து உருவாக்குவதை விட, கருவின் உள்ளே இருக்கும் போதே கற்று கொடுத்து விட்டால் அனைத்துமே சிறப்பாக அமையும்.

தாயின் அடிப்படை தான் சேய்

தாயை கவனித்து கொண்டால்

சேய் தானக அழகாக, அருமையாக, அறிவாக,

ஆற்றலாக வளரும்.

20 - நாயை கண்டால் கல்லை காணோம், கல்லை கண்டால் நாயை காணோம்

தெரிந்த பொருள்:

தெருவில் நாயை பார்க்கும் போது அதை அடிக்க, கல்லை குனிந்து தேடினால் பெரும்பாலும் கல் தென்படாது. அத்தருணத்தில் அட என்ன இது நாயை கண்டால் கல்லை காணோம் கல்லை கண்டால் நாயை காணோம் என்று கூறுவது வழக்கம்.

கூடுதல் விளக்கம்:

எதாவது ஒரு செயலில் ஈடுபடும் போதும் சரி, அந்த வேளை தள்ளி தள்ளி சென்று ஒரு வழியாக, ஆரம்பிக்க எல்லாம் தயார் செய்யும் போதும் சரி, அது தொடர்பாக எதாவது ஒரு முக்கியமான பொருள் இல்லாமல் இருக்கும். அதனால் அந்த வேளை மீண்டும் தடை பட்டு போகும். இது போன்ற நிகழ்வு பலருக்கு நடந்திருக்கும்.

பார்வையின் மறுகோணம்:

இந்திய நாடு, வரலாற்று நினைவுகளை மிக அதிக அளவில் உள்ளடக்கியுள்ளது. அதில் பெரிதும் பேச படுவது சிற்பங்கள். தமிழ் நாட்டில் சிற்பங்களுக்கு பிரபலமான இடம் மாமல்லபுரம், காஞ்சி, மதுரை இன்னும் சில இடங்கள்.

சிற்ப ஆர்வளர் ஒருவர் மாமல்லபுரத்திற்கு சிலை வடிப்பதை பார்க்க சென்றிருந்தார். அப்போது சிற்ப்ப கலைஞர் ஒரு நாயின் சிலையை மிகவும் தத்ரூபமாக வடித்திருந்தார். அந்த கலைஞர் சிற்ப்ப ஆர்வலரை சந்திக்க நேரிட்டது, அச்சமயத்தில் சிற்பி தான் வடித்த நாயின் சிலை எப்படி இருக்கு என கேட்க, அதற்கு அந்த சிற்ப்ப ஆர்வலர், 'நாயை கண்டால் கல்லை காணோம், கல்லை கண்டால் நாயை காணோம்' என்றாராம்.

அதாவது அந்த சிற்ப்பத்தை பார்க்கும் போது நாயாக நினைத்து பார்த்தால் அது உண்மையில் நாய் போலவே தோன்றியது, சிலை என்பது தெரியவில்லை, நாய் அல்லாமல் கல்லாக பார்க்கும் போது அது கல்லாக மட்டும் தான் தெரிகிறது என கூறினார். சிலை அந்த அளவுக்கு தத்ரூபமாக இருக்கிறது என்பதை அவர் அவ்வாறு கூறினாராம்.

ஆசிரியர் பார்வை:

ஒருவரின் பார்வையிலும், அவரின் எண்ணத்திலும் தான், அவர்கள் காணும் செயலும் தோன்றும். குறை கொண்ட மனம் குறையையும் நிறை கொண்ட மனம் நிறையையுமே காட்டும்.

வெண்மை ஆடையில்
சிறு துளி கரையும்
அழகை கெடுக்கும்
என்பதும்
நம் எண்ணம் தான்,
அழகான குழந்தையின் முகத்தில்
நாமாக கருப்பு புள்ளியை வைத்து,
அது அழகு என வர்ணிப்பதும்
நம் எண்ணம் தான்!

சிந்தனை, சொல், செயல் இம்மூன்றுமே ஒன்றித்து இருக்க, எண்ணமே நம் வாழ்வாகிறது.

நாம் என்ன நினைக்கிறோமோ அது கண்டிப்பாக நிகழும். எண்ணமே உண்மை ஆகிறது, எண்ணமே வழியாகிறது, எண்ணமே வாழ்வாகிறது. நாம் எதாவது ஒரு தேவையை நம் வாழ்வில் பூர்த்தி செய்து கொள்ள வேண்டுமானால் முதலில் அதன் மீது உள்ள எண்ணத்தை விடவே கூடாது.

எப்பொழுதும் நம் சிந்தனை அதன் மேல் முழுமையாக இருக்க வேண்டும். அப்படி இருக்க நாம் நினைத்தது தானாக கை கூடும். நீங்கள் வேண்டுமானால் முயற்சி செய்து பாருங்கள். என் வாழ்வில் நான் அதன் பலனை உணர்ந்துள்ளேன்.

உங்கள் எண்ணம் நல்ல வேலையாக இருக்கலாம், ஒரு கார் வாங்க வேண்டும் என்று இருக்கலாம், வீடு கட்ட வேண்டும் என இருக்கலாம், அந்த பெண் தான் மனைவி ஆக வேண்டும் என நினைக்கலாம். இப்படி எந்த எண்ணமாக இருந்தாலும் கண்டிப்பாக நிகழும். ஆனால் ஒரு எண்ணம் நிறைவேறும் வரை மற்றொரு எண்ணத்திற்கு இடம் கொடுக்க கூடாது. அப்படி இடம் கொடுக்கும் போது முன் நினைத்த எண்ணத்திற்கான கை கூடும் பலன் குறைந்து போகும்.

பேராசை கொண்டு பிறகு நடக்கவில்லை, நாம் நினைப்பது நிறைவேறும் என்பது எல்லாம் பொய், என முடிவுக்கு வருவது முட்டால் தனம். ஒன்றின் மீது ஆசை கொண்ட பின் அது நிகழும் வரை பொருமை காக்க வேண்டும். பொருமை கொள்வோர் பூமி ஆள்வார் என பெரியோர்கள் கூறியுள்ளதை நினைத்து பார்க்கும் தருணம் இது.

நிற்க்கும் போது, நடக்கும் போது, அமரும் போது, படுக்கும் போது என எப்பொழுதும் அதை பற்றிய யோசனையிலே இருக்க வேண்டும். இந்த எண்ணம் உம்முள் உள்ள போது அதற்கு தேவையான விஷயங்கள் தானாக ஒவ்வொன்றாக கை கூடும்.

இதை தான் ஒரு விதத்தில் தன்நம்பிக்கை எனவும் கூறுகிறார்கள். கண்டிப்பாக நிகழும், என்னால் நிறைவேற்றி காட்ட இயலும் என நம்புவது தான் அது. அகத்தின் அழகு முகத்தில் தெரியும் என கூறுகிறார்களே அது எப்படி? இருக்கிற முகம் தான் எப்பொழுதும் இருக்கும். முகம் மாறவா போகிறது?.

அது வேறு ஒன்றும் இல்லை, நாம்முடைய உணர்ச்சிகள் வெளியே உருவாகுவதில்லை அது நம் உள்மனதில் இருந்து உதிப்பவை, அகத்தில் தோன்றுபவை. அந்த உணர்ச்சிகளின் வெளிப்பாடு தான் நம் முகத்தின் வழியே வெளிப்படும். மகிழ்ச்சியாக இருந்தால் சிரிப்பது, துக்கமாக இருந்தால் அழுவது, துக்கத்தை வெளி காட்ட முடியாமல் இருந்தால் முகம் பொலிவிழந்து போலியாக இருப்பது என, ஒருவரின் உணர்ச்சி அகத்தின் உணர்ச்சி முகத்தின் வழியே வெளிபடும்.

அனைவரின் வாழ்விலும் மகிழ்ச்சி தானாக வருவது இல்லை. அதுவும் ஒரு விதத்தில் நாமாக உருவாக்கி கொள்வது தான். நமக்கு நாமே மகிழ்ச்சிக்கான தருணங்களை செதுக்கி கொள்ள முயற்சிக்க வேண்டும்.

இவ்வாறு எப்படி பட்ட வாழ்க்கை வேண்டுமோ, எப்படி பட்ட பொருள்கள் வேண்டுமோ, என எல்லாவற்றிற்க்கும் அடிப்படை, நம் சிந்தனை என கூடிய, நம் எண்ணம் தான்.

எடுத்துகாட்டாக ஒரு விளையாட்டில் அந்த குழுவின் ஒட்டு மொத்த நபர்களின் எண்ணமும், இந்த போட்டியில் என் குழு தான் வெற்றி அடைய போகிறது என்ற எண்ணம் இருக்கும் போது, அந்த குழு நிச்சயமாக வெற்றி கோப்பையை தட்டி செல்லும். ஏனென்றால் அங்கு ஒட்டு மொத்த குழுவின் சிந்தனையும் வெற்றி என்ற ஒரே நோக்கமாக உள்ளது. அப்பொழுது அதன் சக்தி அதிகம் எனவே அது உண்மையாகிறது.

எப்பொழுது ஐய்யோ ஒரு வேளை தோற்று விடுவோமோ அவர்கள் திறமையாக விளையாடுகிறார்களே, என்ற ஐய்யம் மனதில் உதிக்கிறதோ, அப்பொழுது அது தோல்வியை தான் தழுவும் என்பது முடிவாகி விடுகிறது.

எப்பொழுதும் நிகழும் என்ற நேர்மறை சிந்தனை வாழ்வில் இருக்கும் போது, அது அப்படியே ஆகிறது. நம் வாழ்விற்க்கான வரம் கடவுள் தருகிறாரோ இல்லையோ நாமே கொடுத்து கொள்ள முடியும் நம் சிந்தனையின் வழியாக.

நல்லவையே நினைப்போம், நல்லவையே நிகழும்.

21 - ஆடி காற்றில் அம்மியும் பறக்கும்!

தெரிந்த பொருள்:

ஆடி மாதத்தில் பொதுவாக காற்று வேகமாக வீசுவது வழக்கம். அந்த பலத்த காற்றில் அம்மியும் பறக்கும்.

கூடுதல் விளக்கம்:

அம்மி கூட காற்றில் பறந்து விடும் அளவுக்கு, ஆடி மாத காற்றின் பலம் அதிகம் என பொருள் கொண்டு, நடை முறையில் பயன்பாட்டில் உள்ளது.

பார்வையின் மறுகோணம்:

ஆடி காற்றில் அம்மையும் பறக்கும்!

'அம்மை' என்பதை அம்மி என மாற்றி பயன்படுத்தி கொண்டிருக்கிறோம். அம்மை எனும் நோய் வெப்பத்தின் காரணமாக வருகிறது. பெரும்பாலும் மே மாதத்தில் வரும். அப்படி வரும் அம்மை ஆடி மாதம் தொடங்கியதும் தானாக விலகும். காரணம் ஆடி மாதம் வெப்பம் குறைந்து காற்று மழை என பருவநிலை மாறும் நேரம்.

பூமி குளிரும் நேரம் ஆடி மாதம். இந்த பருவ நிலையில் காற்றின் குளுமையின் காரணமாக அம்மை தனியும்.

ஆசிரியர் பார்வை:

ஆடி மாதத்தில் அடிக்கும் காற்றில் உடலில் வந்த அம்மை நோயும் பறந்து செல்லும். அதாவது அம்மை குணமடைந்துவிடும் என்பார்கள். ஏனென்றால் அம்மை நோய் வர முக்கிய காரணம் உடலின் வெப்ப அளவு அதிகம் ஆகும் போது தான். ஆகவே ஆடி மாத காற்றினால் புவியும் சற்று குளுமை பெறும், நம் உடலும் சற்று குளுமை பெறும். எனவே உடலின் வெப்பம் தனிவதால் அம்மை குணம் ஆக வாய்ப்புகள் அதிகம்.

அம்மை வந்தால் அந்த அம்மன் வத்து உடலில் இறங்கி உள்ளதாகவும் கூறுவார்கள். மாரியாத்தா இறங்கியுள்ளால் என்றும் கூறுவார்கள். இது சிலரின் நம்பிக்கை. அம்மனுக்கு வேப்பிலை பிடிக்கும் என்பதால், அம்மை நோய் வந்துள்ள அதாவது அம்மன் இறங்கியுள்ள அந்த நபரை, வேப்பிலை மீது படுக்க வைப்பது, வேப்பிலை மஞ்சள் கலந்த நீரில் குளிக்க வைப்பது போன்ற பழக்கம் உள்ளது.

சற்று தள்ளி இருந்து பார்த்தால் அந்த பழக்கம் முற்றிலும் அறிவியல் பூர்வமான ஒன்று. வேப்பிலைக்கு நோய் எதிர்ப்பு சக்தி அதிகம் மற்றும் ஒரு கிருமி நாசினி, அதேபோல் மஞ்சளுக்கும் நோய் எதிர்ப்பு சக்தி அதிகம் மற்றும் ஒரு கிருமி நாசினி. மேலும் வேப்பிலைக்கு குளிர்ச்சி தரும் தன்மையும் உண்டு. எனவே இது அம்மை நோயை குணப்படுத்துகிறது. இது அறிவியல் பூர்வமாக நிரூபிக்கபட்ட ஒன்று.

நான் அறிவியல் பற்றி கூறியதால், அம்மை வந்தால் அம்மன் இறங்கியுள்ளது என்று கூறும் நம்பிக்கையை மூடநம்பிக்கை என்று கூற விரும்பவில்லை நான். ஒரு சில நம்பிக்கைகள் எப்படியாக இருந்தாலும் சரி, அது நன்மை மட்டுமே தரும். அவை பழக்கத்தில் இருப்பது தவறில்லை. அதுபோல தான் இந்த பழக்கமும் நம்பிக்கையும். நம்பிக்கை தவறானதாக இருந்தால் அதன் மூலம் தவறான பழக்க வழக்கங்கள் வளர்ந்து வருகிறதென்றால் அதை நாம் தடுக்க வேண்டும்.

ஆடி காற்றில் அடிக்கும் காற்று வெரும் காற்று மட்டும் அல்ல, அதனுடன் பல மரங்களின் செடிகளின் மூலிகை தன்மை கலந்து வரும், அதனால் கூட அம்மை சரியாக வாய்ப்பு உள்ளது. ஆனால் இது எந்த அளவுக்கு இந்த காலத்தில் அடிக்கும் ஆடி காற்றுக்கும் அம்மைக்கும் பொருந்தும் என சற்று சிந்திக்க வேண்டிய கட்டாயத்தில் உள்ளோம்.

அக்கால சுற்றுசூழலின் நிலையே வேறாக இருந்தது, அடர்ந்த காய் கனி மரங்களும், செடி கொடிகளும், பூத்து குலுங்கும் பூச்செடிகளும், பல மூலிகை குணம் கொண்ட செடி, மரம், கொடி என வாழும் இடத்தை சுற்றி பரவிக்கிடந்தது. அதன் மூலம் வீசப்பட்ட காற்றில் நல்ல மூலிகை குணங்கள் அடங்கி இருந்தது. அதன் காரணமாக உடலுக்கு ஆரோக்கியமும் கிடைத்தது. மருத்துவரை நாடி செல்லாமலே பல நோய்கள் குணமானது. இதன் மூலம் நான் கூற வருவதை தாங்களே புரிந்து கொண்டிருப்பீர்கள்.

அழிந்து வரும் மரம் செடி கொடிகளை காக்க முயற்சிப்போம். கால போக்கில் பல அரிய வகை தாவரங்களை நாம் இழந்து விட்டோம். வெறும் ஏட்டு புத்தகத்தை பார்த்து, இது தான் மரம், அது தான் செடி, இது தான் இலை, அது தான் கிளை என கூறும்படியான காலத்தை நோக்கி பயணித்து கொண்டிருக்கிறோம்.

பயணத்தை முடிந்த அளவு தாமத படுத்துவது நல்லது.

22 - அரசனை நம்பி புருசனை விட்டது போல

தெரிந்த பொருள்:

அரசனை [ஆசை] நம்பிக்கொண்டு, தன் கணவனை கைவிட்டது போல. அதாவது அரசன் மீதும் அவன் ஆடம்பர வாழ்க்கையை பார்த்து வியந்தும், அவனுடன் சென்றுவிடலாம் என கணவனை விட்டு செல்வதாக ஒரு பொருள்படுகிறது.

பார்வையின் மறுகோணம்:

அரசனை நம்பி புருசனைக் கைவிட்டது போல என்றால்:

அரசனை என்பது அரச மரத்தை குறிக்கும். திருமணமான பெண்கள் பிள்ளைப்பேறு பெற அரச மரத்தை சுற்றி, அதில் தொட்டில் கட்டி வேண்டுவது வழக்கம்.

ஆசிரியர் பார்வை:

கட்டிய கணவனை கவனிக்காமல் வெறும் அரச மரத்தை சுற்றுவது பயன் தராது. அரச மரத்தில் பல்வேறு பயன்கள் இருப்பது உண்மை தான். சில பெண்கள் கோவில் குலம் தெய்வம் என்று அதிக கவனத்தை செலுத்துவார்கள். ஆனால் கணவனை கண்டால் எரிந்து விழுந்து பேசுவது, இடைவெளியோடு பழகுவது என்று இருப்பார்கள்.

மன மகிழ்ச்சியோடு, கணவன் மனைவி வாழ்ந்து வந்தாலே பல பிரச்சனைகளுக்கு தீர்வு கிடைக்கும். உணவு பழக்கங்களில் மாற்றத்தை கொண்டுவர வேண்டும். இயற்கையான சத்துமிக்க உணவுகளை உட்கொள்ள வேண்டும். இவ்வாறாக தான் அரச மரத்தில் பல்வேறு இயற்க்கை குணங்கள் உள்ளது. அந்த பலன் தான் அம்மரத்தை சுற்றும் போது, காற்றின் மூலம் நம் சுவாசத்தில் கலந்து மகப்பேறு சம்மந்தம்மான கோளாறுகளை தீர்க்கிறது.

சதாரணமாக இயற்க்கையின் பலன்களை பற்றி கூறினால், யாரும் கேட்டுக்கொள்வதில்லை. ஆனால் தெய்வத்தை சம்மதப்படுத்தி சொல்லும் போது, அதை பரிகாரமாக கடை பிடிக்கிறார்கள். அரச மரத்தை பற்றியும், சில பயன்களையும் தெரிந்து கொள்வோம்.

அரச மரத்தை சுற்றினால் குழந்தைபேறு கிடைக்கும் என்பது ஒரு நம்பிக்கை. இதன் தொடர்பாக தான் "அரசனை நம்பி புருசனை கைவிட்டாள்" என்ற பழமொழி வழக்கத்தில் உள்ளது.

இது அறிவியல் பூர்வமாக நிரூபிக்கப்பட்டுள்ளது, அது என்னவென்றால், அரசமரம் வெளியிடும் காற்றில் உள்ள மூலிகை தன்மை பெண்களின் மாதவிடாய் சுழற்சி மற்றும் அதன் தொடர்பான சிக்கல்கள், மாதவிடாய்க்கு காரணமான சுரப்பிகள் எல்லாம் சரியாக சம நிலை அடைகிறது. இதனால் தான் 'அரச மரத்தை சுற்றிவிட்டு அடிவயிற்றை தொட்டுபார்த்தாள்' என்ற பழமொழி வழக்கத்தில் வந்தது போல.

அரசமரத்தை பற்றி இன்னும் சில விடயங்களை பார்ப்போம். அரச மரம் குலம் தழைக்க செய்யும், பிள்ளை பேற்றை உண்டாக்கும். சூலகத்தில் உண்டான நோய்களை போக்கும். சூலகத்தை சீராக்கும். இன்னும் குறிப்பாக அரச மரத்தின் காற்று கருப்பை கோளாறுகளை போக்கும் தன்மையுடையது. மூளையின் செயல்திறனையும் தூண்டிவிடும் திறனும், மன அமைதியை கொடுக்கும் தன்மையும் உண்டு.

அரச மரத்தின் வேர், பட்டை, விதை ஆகியவற்றை பாலில் கொதிக்கவைத்து ஆறியபின் அதில் தேன் கலந்து தொடர்ந்து 1 மண்டலம் [48 நாட்கள்] அருந்தி வந்தால் தாது விருத்தி அதிகம் ஆகும்.

அரசமரம் என்பது மிக பெரியதாக வளரக்கூடிய மரங்களில் ஒன்றாகும். அத்தி, ஆலம், அரசு போன்றவை இதன் தொடர்புடைய மரங்களாகும். இம்மரம் பாலை கொண்டுள்ளது. இது அதிகமான ஆக்ஸிஜனை வெளியிடும் தன்மை கொண்டது. 30 மீட்டர் உயரம் வரை வளரக்கூடிய இந்த மரத்தின் விட்டம் 3 மீட்டர் வரை வளரக்கூடியது. இது இந்தியா, இலங்கை, இந்தோ சீனா, தென்மேற்கு சீனா மற்றும் கிழக்கு வியட்னாம் போன்ற பகுதிகளை சார்ந்தது.

இதன் இலை நீண்டதாக கூரிய முனையுடன் இதயம் வடிவம் போல இருக்கும். இம்மரம் இந்து பௌத்த மதங்களில் முக்கியமான ஒன்றாக திகழ்கிறது. புத்தர் தியானம் செய்து ஞானம் பெற்றதாக அறியப்படும் போதிமரம் இது தான் என நம்பப்படுகிறது.

[அரச மரம் – சமஸ்கிருதத்தில் போதி மரம்] அரசமரம் திருவாடுதுறை, திருப்பரிதிநியமம், திருநல்லம் முதலிய சிவத்தலங்களில் தலமரமாக விளங்குகிறது.

அரச மரத்தின் அடிப்பகுதியில் அந்த பிரம்மதேவனும், நடுப்பகுதியில் மஹாவிஷ்ணுவும், நுனிப்பகுதியில் பரம சிவனும் வாசம் செய்கிறார்கள், இதனால் தான் மும்மூர்த்தி வடிவமான அரச மரத்தை பூஜைகள் செய்வதும், பிரதட்சணம் செய்து வணங்குவதும், துன்பங்கள் வர காரணமான பாவங்காலை போக்கி நல்ல அறிவையும் பெற்றுதரும் என்கிறது சாஸ்த்திரம்.

சதாரணமாக இயற்க்கையின் பலன்களை பற்றி கூறினால், யாரும் கேட்டுக்கொள்வதில்லை. ஆனால் தெய்வத்தை சம்மதப்படுத்தி சொல்லும் போது, அதை பரிகாரமாக கடை பிடிக்கிறார்கள்.

23 - ஐந்து பெற்றால் அரசனும் ஆண்டி ஆவான்

தெரிந்த பொருள்:

ஐந்து பெண்களை பெற்றெடுத்தால் எவ்வளவு பெரிய செல்வந்தனாக இருந்தாலும், ஒன்றும் இல்லதவராக மாறி விடுவார்கள்.

கூடுதல் விளக்கம்:

ஐந்து பெண்களை பெற்றெடுத்தால், அவர்களுக்கு பல்வேறு செலவுகள் செய்ய வேண்டி இருக்கும். அதாவது பெண் பூப்பெய்தும் போது சடங்கு, காதணி விழா, திருமணம், அதற்கு சீர், அதன் பிறகு பேரன் பேத்திகள் பிறந்தால் அதற்கு சீர், பண்டிகை நாட்களில் சீர் என தொடர்ந்து செலவுக வந்து கொண்டே இருக்கும், வளர்ந்து கொண்டே இருக்கும். இவை அனைத்தையும் செய்து முடிப்பதற்குள் அரசனும் ஆண்டி ஆகிவிடுவான்.

பார்வையின் மறுகோணம்:

'ஐந்து பெற்றால்' என்பது பெண்களை குறிப்பிடுவதில்லை, அந்த ஐந்தை கீழே காணலாம்.

1.ஆடம்பரமாய் வாழும் தாய்

2.பொறுப்பு இல்லாமல் போகும் தகப்பன்

3.ஒழுக்கம் தவறும் மனைவி

4.துரோகம் செய்யும் உடன் பிறப்பு

5.பிடிவாதம் பிடிக்கும் பிள்ளை.

இந்த ஐந்தும் கொண்ட எந்தக் குடும்பமும் முன்னுக்கு வராது என்பதே பொருள்.

ஆசிரியர் பார்வை:

புத்தகத்தின் கடைசி தலைப்பாக இதை வைத்ததற்கும் எனக்கும் ஒரு முக்கிய தொடர்புண்டு. நான் என் வீட்டின் கடைசி குழந்தை. கடைசி என்றால் ஏழாவது. எனக்கு முன் ஐந்து பெண் குழந்தைகள் மற்றும் ஒரு ஆண் குழந்தை. ஆம் என் வீட்டிலேயே ஐந்து பெண்கள் உள்ளனர்.

சாதாரன விவசாய குடும்பம் எங்களுடையது. எங்கள் ஏழு பேரையும் படிக்க வைத்து அனைத்து பெண்களுக்கும் திருமணமும் செய்து வைத்துள்ளனர் என் பெற்றோர். இந்த பழமொழியின் உண்மை பொருள் இதுவாகவே இருந்தாலும், இது தவறான எண்ணம் என கூற என் குடும்பமே சாட்சி. அரசனும் ஆண்டி ஆவான் என்பது தான் பழமொழி, ஆனால் நாங்கள் ஆண்டியாக இருந்து இப்போது அரசனாக அல்லவா மாறிகொண்டு இருக்கிறோம்.

பெண் என்பவள் தெய்வமாவாள், தாயே கண்கண்ட தெய்வம் என நம்புபவர் இதை கண்டிப்பாக ஏற்றுக்கொள்வர். ஐந்து பெண்களை பெற்றால் அரசனும் ஆண்டி ஆவான் என்று கூறுவதை விட, ஐந்து ஆண்களை பெற்றால் அரசனும் ஆண்டி ஆவான் என கூறலாம்.

ஏனென்றால் பெண் பிள்ளைகளை விட, ஆண் பிள்ளைகள் ஒற்றுமை இன்றி சண்டை சச்சரவோடு வாழ்கிறார்கள். சொத்துக்காக அவர்களிடையே போராட்டம் இருக்கிறது. அப்படி இருக்கும் பொழுது குடும்பம் சீர் குலைந்து போகும் சூழல் நிலவுகிறது.

அக்காலத்தில் ஆண்களை பெரிதாய் பேசியதற்க்கும், பெண்களை பாரமாய் நினைத்ததற்க்கும் காரணம் இருக்கிறது. விவசாயத்தையே பெரிதாய் நம்பி இருந்த காலம் அது. பொதுவாக குடும்ப வருமானம் கால் நடை வளர்ப்பு மற்றும் விவசாயத்திலிருந்தே கிடைத்தது. எனவே பெற்றோற்கள் ஆண் பிள்ளைகள் வளர்ந்து அதை தொடர்வார்கள் என்ற நம்பிக்கை, அதே போல் தான் வாழ்க்கை நிலை இருந்தது. விவசாயத்தில் ஏர் உழுதல், வரப்புகளை வெட்டுதல், நிலங்களை சமன் செய்தல் என உடல் உழைப்பு பெரிதும் இருந்ததால் இந்த வேளைகள் ஆண்களுக்கு சொந்தமாக கருதப்பட்டது.

பெண்ணால் வருமானமும் இல்லை அதே சமயம் செலவும் செய்ய வேண்டும் என்ற எண்ணமே, பெண் பிள்ளைகளை பாராமாக நினைக்க தூண்டியது. ஆனால், இன்றைய உலகில் அப்படி எந்த அவசியமும் இல்லாமல் போய் விட்டது. சொல்லப்போனால், படிப்பிலும் பொறுப்பிலும் பெண் குழந்தைகள் ஆண் குழந்தைகளைவிட பல விதத்தில் முன்னணியில் இருப்பதைக் கண்கூடாகப் பார்க்க முடிகிறது. பெண்கள் ஆண்களை விட அதிகம் சம்பாதிக்கும் சூழலும் அதிகரித்து வருகிறது.

ஆண் பெண் என பாலின பிரிவினை பார்ப்பதை அடியோடு மறக்க வேண்டிய காலம் இது. அனைவரும் சமம் என நினைக்க வேண்டும். ஒருவர் மற்றைவரை மதிக்க வேண்டும். பெண் இனம் அழிந்தால் இந்த உலகமே அழிந்து விடும். அவர்களின் முக்கியத்துவத்தை மனதில் கொண்டு, அவர்களை கலங்கபடுத்துவதை விட, பாதுகாக்கும் பெட்டகமாக செயல் படவேண்டும்.

பழமொழியில் குறிப்பிட்டவாறு ஒரு குடும்பத்தில் இந்த ஐந்தும் இல்லாதவாறு இருக்கவேண்டும். அந்த ஐந்து மீண்டும் ஒரு முறை:

ஆடம்பரமாய் வாழும் தாய்

பொறுப்பு இல்லாமல் போகும் தகப்பன்

ஒழுக்கம் தவறும் மனைவி

துரோகம் செய்யும் உடன் பிறப்பு

பிடிவாதம் பிடிக்கும் பிள்ளை

இதை மனதில்கொண்டு எல்லோரும் சீரும் சிறப்புமாக தங்கள் வாழ்க்கையை வளமாக அமைத்துகொள்ள என்னுடைய வாழ்த்துகளும் பிராத்தனைகளும்.

மீண்டும் சந்திப்போம் விரைவில் அடுத்த புத்தகத்தின் வழியாக!

இவன் உங்கள்,

ஆர்.எ